‘ओळखी’ नावाचे भांडवल

'ओळखी' नावाचे भांडवल

तुमच्या ओळखींचं रूपांतर रोखीच्या ओघात कसं कराल !

बॉब प्रॉक्टर

अनुवाद : हेमा लेले

Published by

PENTAGON PRESS

Distributed by

MANJUL

Manjul Publishing House

First published in India by:

Pentagon Press,
206, Peacock Lane,
Shahpur Jat, New Delhi, INDIA - 110 049

Distributed by
Manjul Publishing House Pvt. Ltd.
Corporate Office
2nd Floor, Usha Preet Complex,
42 Malviya Nagar, Bhopal 462 003 - India
E-mail: manjul@manjulindia.com
Website: www.manjulindia.com
Sales and Marketing Office
7/32, Ground Floor, Ansari Road, Daryaganj,
New Delhi 110 002
Email: sales@manjulindia.com

Originally published as ***Contact Capital***
- How to Turn Your Contacts Into Cashflow by *Bob Proctor*

Marathi language edition first published in India in 2014

Cover design and layout by Parry Design Studio

ISBN 978-81-8274-749-4

Translation by Hema Lele
Marathi edition co-ordination: TranslationPanacea

Printed & bound in India by Thomson Press (India) Ltd.

ही अभिजात चित्र-प्रतिमा स्पर्शामधील ताकद स्पष्ट करणारी आहे.

मुखपृष्ठावर असलेली चित्र-प्रतिमा म्हणजे इतिहासातील सर्वाधिक प्रसिध्द आणि जिच्या अनेक आवृत्त्या निघाल्या आहेत अशी कलाकृती आहे. - ईश्वर ॲडमला जीवनज्योत प्रदान करीत असल्याचे चित्रण असलेल्या सिस्टाइन चॅपेलच्या छतावर मायकेल अँजेलोने चितारलेल्या रंगाकृतीची ही समीप-प्रतिमा!

जरी पाचशे वर्षांपूर्वीची असली तरी ही पवित्र चित्र-प्रतिमा बघणाऱ्याच्या मनाला आजही भिडते कारण ती एका आधुनिक सत्याची जाणीव करून देते. ती ही की आधुनिक तंत्रज्ञान हे आपल्या नातेसंबंध नावाच्या सर्वाधिक मौल्यवान धनसंपत्तीचा पर्याय नसून तिला ते पूरक

असते. तंत्रज्ञान कितीही व्यापक अथवा अत्याधुनिक असलं तरीही ते स्पर्श-तंत्र-ज्ञानाची जागा कधीच घेऊ शकणार नाही.

मी या पुस्तकात म्हटलं आहे, तसं ''माणसाच्या स्पर्शाची जागा काहीच घेऊ शकत नाही. त्याला कोणताही पर्याय नाही.''

''आलिंगन किंवा हस्तांदोलन डिजिटाइज करता येत नाही.''

''नजरेनं साधलेला संवाद ई-मेल करता येत नाही.''

''स्पर्श या गोष्टीचा एसएमएस पाठवता येत नाही.''

हे पुस्तक म्हणजे पुनश्च एकदा स्पर्शाला स्पर्श करणारे आहे. तुमच्या व्यावसायिक आयुष्यात लोकांना केलेला स्पर्श चमत्कार घडवेल. तीच गोष्ट तुमच्या व्यक्तिगत आयुष्याची नि तुमच्या आत्म्याची!

अर्पण पत्रिका

ज्याला आपल्या ओळखींचे रूपांतर भांडवलात कसे करावे या विषयीची जाणीव प्रगल्भ करावीशी वाटते आहे अशा प्रत्येक उद्योगपतीला व उद्योजकाला हे पुस्तक अर्पण केले आहे.

ऋणनिर्देश

माझे आयुष्य अक्षरशः बदलून टाकणारी माहिती माझ्यापर्यंत पोहोचविण्याऱ्या सल्लागारांच्या एका मोठ्या साखळीचे मी आभार मानू इच्छितो. अगदी निःशंक, निर्विवादपणे आजवर तुमच्या वाट्याला आलेले सर्वाधिक मौल्यवान भांडवल म्हणजेच ओळखी हे जाणून घेण्यासाठी याच लोकांनी मला मदत केली.

रे स्टॅनफोर्ड यांनी 'थिंक अँड ग्रो रिच' हे पुस्तक माझ्या हाती दिले आणि हे पुस्तक वाचता वाचता मी आयुष्यात प्रथमच विचार करू लागलो. अगदी त्या क्षणापर्यंत, इतरेजन, व्यवहार, परिस्थिती व अवस्था यांनी चालवलेलं एक मानवी साधन म्हणजे मी होतो. ध्येयप्राप्तीचं महत्त्व, योजनाबध्द आखणी आणि आपण जे करीत आहोत त्याचं नीट भान असल्याचा पुरावा ज्यांनी प्रत्यक्ष फलश्रुतीनेच दिला आहे, अशा लोकांचं मार्गदर्शन मिळवणं याबाबत नेपोलियन हिल यांनी मला जागृत केलं.

त्या पुस्तकामुळेच मी नाइटिंगेल अर्ल यांच्या ध्वनिफीतीपर्यंत पोहोचलो आणि अखेर नाइटिंगेल-कोनंट कॉर्पोरेशनपर्यंत सुध्दा. अर्ल नाइटिंगेल आणि लॉईड कोनंट ह्या माझ्या आयुष्यातील दोन अत्यंत महत्त्वाच्या व्यक्ती ठरल्या. अर्ल यांनी कसं ज्ञान मिळवायचं, कोणतं ज्ञान मिळवायचं, त्याचा उपयोग करून ते कृतीत कसं उतरवायचं हे शिकवलं. ओळखी कशा वाढवायच्या याचं महत्त्व शिकवणारे होते लॉइड कॉनंट. ते त्यात निष्णात होते. ज्या ज्ञानाचा, माहितीचा माझ्या आयुष्यावर फार मोठा परिणाम झाला ते इतरांना शिकविण्याची मनीषा लॉइड आणि अर्ल यांनी मुळात माझ्यावर बिंबवली, जी सरत्या काळाबरोबर बळावतच गेली आहे.

लीलँड व्हॅल व्हॅन डी वॉल या खऱ्याखुऱ्या समंजस माणसाला मी

भेटलो ते नाइटिंगेल-कोनंट कॉर्पोरेशन द्वारेच! नि मग त्यांनीच माझ्या सल्लागारांपैकी एक असलेले डॉ.सी. हॅरी यांची नि माझी गाठभेट घालून दिली. यांनी साऱ्यांनी एकत्रितपणे मला मनाची खोलवर सफर घडवली नि ज्या गोष्टी फार थोड्या लोकांना संपूर्ण आयुष्य घालवून शिकता येतात त्या गोष्टी शिकवल्या. गेली ४० वर्षे मी जगभर कार्यक्रमातून जे शिकवीत गेलो त्याचा पाया त्यांच्या शिकवणी मधील जो गाभा आहे त्यामुळेच तयार झाला. ज्या माणसाचे बोलणे मी अनेक वर्षे ऐकत आलो अशा माणसालाही मी नाइटिंगेल कोनंट कॉर्पोरेशनमधेच भेटलो आणि त्याच्याशी मैत्री माझी जुळली. 'फ्रँक सिनात्रा ऑफ पब्लिक स्पीकर्स' या नावाने जे ओळखले जातात ते श्री. बिल गोव्ह. बिल यांनीच मला व्याख्यान देण्याचे कौशल्य खऱ्या अर्थाने शिकवले. ते फार चांगले मित्र आणि महान सल्लागार होते.

याच माणसांनी श्रीमंती आणि संपन्न आयुष्य बहाल करणारी प्रगल्भता वाढविण्यासाठी खऱ्या अर्थानं मला सहाय्य केलं. पुढच्या काही पानांमधून, मी जे शिकलो त्याचा गाभा तुम्हाला गवसेल अशी आशा मला वाटते.

अनुक्रमणिका

मानवी भांडवलाचा विकास या अदृश्य मालमत्तेचे मोजमाप करण्यासाठी अर्थशास्त्रज्ञ प्रयत्नशील आहेत. उद्योगव्यवसायात ते नक्की कोणतं योगदान देतात?

– बिझिनेस : द अल्टिमेट रीसोर्स मधून

१

भांडवल म्हणजे काय नि ते कसं बदलत राहातं?

दिवसाच्या कामासाठी कोणत्या नोकरीत वर्षाला तीस हजार डॉलर्स मिळतात आणि वर्षाला तीन कोटी डॉलर्स एका वर्षात संध्याकाळी आणि शनिवार-रविवार काम करून मिळू शकतात?

उत्तर आहे : इंग्रजीचा शिक्षक... जर तुम्ही 'कॅरी' आणि 'द शायनिंग' सारख्या उत्तम भयकयांचे लेखक असाल तर.

मेन (Maine) राज्यातील माध्यमिक शाळेत किंग यांनी इंग्रजीचे अध्यापन करून आपली कारकीर्द सुरू केली. पण मनोरंजनाच्या व्यवसायातील सर्वाधिक श्रीमंत माणूस ते झाले ते काही शिक्षक म्हणून त्यांच्या अंगी जे गुण होते त्यांच्या जोरावर नव्हे. जगभर कोट्यवधी प्रतींचा खप असलेल्या मंत्रमुग्ध करणाऱ्या कादंबऱ्यांचे लेखक ते असल्यामुळे हे घडलं. त्या कादंबऱ्यांचे रूपांतर चित्रपटात, व्हिडिओ गेम्समध्ये आणि त्यांच्यावरून तयार केलेल्या, जलद खपाच्या डझनभर उत्पादनांमधे झाल्यामुळे सतत पैशांचा ओघ चालू झाला.

सृजनशील भांडवल

ज्यामुळे एका जेमतेम पगार मिळविणाऱ्या शिक्षकाने स्वत:ला बड्या लक्षाधीशांच्या पंक्तीत नेऊन बसविले, त्या संकल्पनेला मी **सृजनशील भांडवल** असे नाव देतो. पुढे जाण्यापूर्वी क्षणभर या **'भांडवल'** शब्दावर आपण एक दृष्टिक्षेप टाकू. स्टॉक मार्केट नि जागतिक अर्थव्यवस्थेच्या संदर्भात आपण हा **'भांडवल'** शब्द नेहमीच पाहतो, ऐकतो.

एका सकाळी वर्तमानपत्रातून/दैनिकांमधून माझ्या पाहण्यात आलेले या शब्दाचे काही पैलू बघा.

भांडवल बाजार

भांडवल करणे

भांडवली गुतंवणूक

भांडवली खर्च

खेळते भांडवल

भांडवली उत्पन्नावरचा कर

भांडवलवाद

भांडवल शब्द खूप वेळा वापरला जाण्याचं कारण हेच की तो मुक्त बाजार-व्यवस्थेची कोनशिला आहे. संकल्पना जबरदस्त असली तरी व्याख्या फारच सोपी आहे.

वेबस्टर ने केलेली व्याख्या अशी–

भांडवल म्हणजे *अधिक संपत्ती निर्माण करणारी कोणत्याही स्वरूपातील संपत्ती!*

जेव्हा बहुतेक लोक **भांडवला**विषयी बोलत असतात तेव्हा त्यांचा रोख **दृश्य भांडवला**कडेच असतो. उदा:– स्थावर मालमत्ता, शेअर्स आणि बाँड्स, सोनं–नाणं, उत्पादनाच्या सुविधा आणि बहुधा पैसाच.

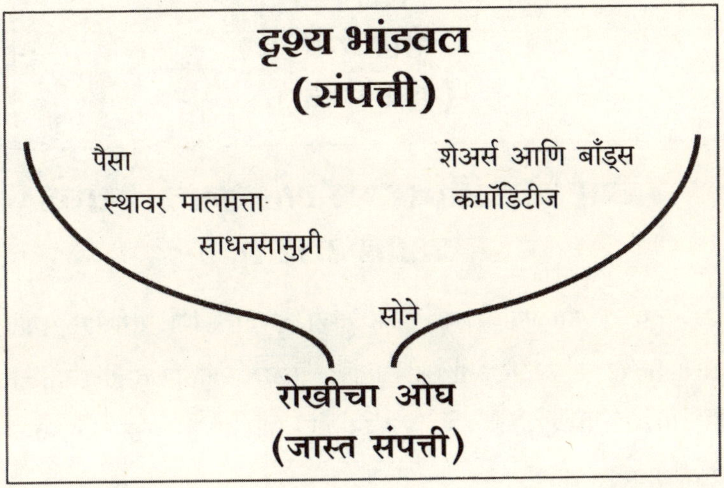

पण या पुस्तकात आपण ज्याचे रूपांतर रोख पैशात होऊ शकते, अशा **ओळख** नावाच्या **अदृश्य भांडवला**ची चर्चा करणार आहोत. थोडक्यात काय तर तुमचे **ओळख नावाचे भांडवल** म्हणजे तुम्ही प्रत्यक्ष ओळखत असलेल्या व्यक्ती किंवा एखाद्या क्लब, चर्च, शाळा अशा समूहामुळे ज्यांच्याशी तुमचा संबंध येतो अशा व्यक्ती. ओळख नावाच्या भांडवलाचं वैशिष्ट्य हेच की ते प्रत्येकाजवळ विपुल प्रमाणात असूनही 'फायद्याचं केंद्र' म्हणून त्यात असलेल्या प्रचंड ताकदीचा फार कमी जणांना अंदाज असतो.

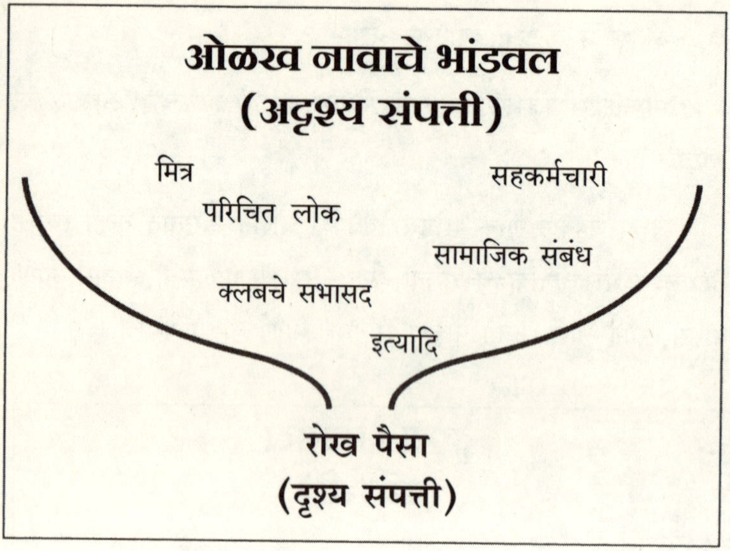

तुमच्या ओळखींवर भर द्या. तुमची स्वप्ने प्रत्यक्षात उतरवा.

तुमच्या ओळखींवर भर देऊन तुम्ही तुमची स्वप्नं प्रत्यक्षात कशी आणू शकता व त्याद्वारे आर्थिक स्वातंत्र्य, वेळाचं स्वातंत्र्य तुम्ही स्वत:ला नि तुमच्या परिवाराला कसे मिळवून देऊ शकता हे तुम्हाला पुस्तक वाचल्यावर समजेल.

तर आपल्या ओळखींचे रूपांतर रोख पैशांमधे कसे करायचे ते शिकायला आता प्रारंभ करू या.

'**भांडवल** म्हणजे अतिश्रीमंत कुटुंबांमधील प्रचंड नशीबवान लोकांना लाभलेली दुर्मिळ वस्तू' ही परिस्थिती बदलून ती तुमच्या-माझ्यासारख्या सामान्यांना विपुल प्रमाणात उपलब्ध असलेली गोष्ट कशी ठरते हे पुढच्या भागात समजून घेऊ.

व्यक्ती हा आपल्या समाजातील भांडवलाचा मध्यवर्ती, सर्वात दुर्मिळ, सर्वात मौल्यवान स्रोत आहे.

– पीटर ड्रकर, मॅनेजमेंट गुरु

२

दृश्य भांडवल विरुध्द अदृश्य भांडवल : आणि विजेता आहे...?

भांडवल या शब्दाच्या व्याख्येचा पुनर्विचार करू या. भांडवल म्हणजे अधिक संपत्ती निर्माण करणारी, कोणत्याही स्वरूपातील संपत्ती.

दृश्य आणि **अदृश्य** घटकांसाठी- दोन्ही प्रकारांसाठी ही व्याख्या कशी लागू पडते ते बघू या. प्रथम आपण **दृश्य भांडवला**च्या संदर्भातील एका प्रसंगाकडे दृष्टीक्षेप टाकू, जो जगात दिवसाभरात हजारदा तरी घडत असेल.

गोष्ट दृश्य स्वरूपातील भांडवलाची

निवृत्त झालेला रिक त्याच्या जवळचे भांडवल फारसा धोका न पत्करता गुंतविण्याचे ठरवितो. तो दहा हजार डॉलर्स एका वर्षासाठी पाच टक्के व्याजदराने कॅश डिपॉझिट म्हणून गुंतवतो. वर्षाअखेरीस त्याच्या कॅश डिपॉझिटमधे दहा हजार पाचशे डॉलर एवढी वृध्दी होते.

दृश्य भांडवल गुंतवणे

दृश्य भांडवलाची गुंतवणूक

१० हजार डॉलरला ५ % व्याज

भांडवलात वृद्धी = ५०० डॉलर

निवृत्त रिक हे **दृश्य भांडवल** गुंतविणाऱ्या व्यक्तीचे उत्तम उदाहरण आहे.

पण **भांडवला**च्या व्याख्येमधील पहिल्या मुद्द्याचा पुनर्विचार करा. "*अधिक संपत्ती निर्माण करणारी,* ***कोणत्याही स्वरूपातील*** *संपत्ती.*" पहिल्या भागात स्टीफन किंग याने आपली कोणत्याही स्वरूपातील संपत्ती हजारो दशलक्ष डॉलर्स कमविण्यासाठी कशी वापरली हे आपण बघितलं. (त्याच्या संदर्भात ही संपत्ती म्हणजे त्याचं लेखनकौशल्य!) हे खरं आहे की किंगला लाभलेल्या **सृजनात्मक प्रतिभाशक्ती भांडवला**चं वरदान फार थोड्या लोकांच्या वाट्याला येतं. पण आज, नुकत्याच उपलब्ध झालेल्या, अनेक प्रकारच्या **अदृश्य भांडवला**ने जग काठोकाठ भरलं आहे. त्यासाठी आपल्याला भांडवल-बाजार नि आधुनिक तंत्रज्ञानाचे ऋणी व्हायला हवे.

इथे अदृश्य भांडवलाचे आणखी काही असे प्रकार बघा, ज्याला औद्योगिक विश्लेषकांनी आणि विक्रीसल्लागारांनी मान्यता दिली आहे आणि ज्याची ते शिफारस करतात.

अदृश्य भांडवलाचे प्रकार

मानवी भांडवल : कंपनीचे मालक व कर्मचारी यांची एकवटलेल्या स्वरूपातील कौशल्ये, ज्ञान, अनुभव, क्षमता आणि हुशारी.

आध्यात्मिक भांडवल : प्रामाणिकपणा, दूरदृष्टी, अर्थपूर्णता, ध्येय आणि सकारात्मक मूल्य या साऱ्यांची बूज राखून नफा कमावणारी व्यक्ती अथवा कंपनी.

ग्राहकांच्या रूपातील भांडवल : ग्राहक, पुरवठादार, संबंधित लोक व भागीदार यांच्याशी असलेल्या नातेसंबंधांचे महत्त्व.

बुद्धिमत्तेचे भांडवल : एखाद्या व्यक्तीचे किंवा कंपनीच्या मालकीच्या असणाऱ्या गोष्टी, पेटंट, कॉपीराइट, ट्रेडमार्क इ.

ई-भांडवल : आपल्या संकल्पनेचे रूपांतर वेब-सपोर्टेड किंवा वेब-आधारित व्यवसायात करण्याची क्षमता.

अदृश्य भांडवल ते दृश्य संपत्ती/रोकड

इंटरनेट डोमेन नेम्स म्हणजे नव्याने उपलब्ध असलेल्या **अदृश्य भांडवला**चे उत्तम उदाहरण आहे. १९९० मधे, जेव्हा इंटरनेटची नुकतीच सुरवात झाली होती तेव्हा मार्क ऑस्ट्रोव्हस्की याने असा अंदाज वर्तवला होता की ज्या शीर्षकात यथायोग्य शब्दांचा वापर आहे अशा डोमेन-नेम्ससाठी उद्योगसमूहांना टनावारी पैसे मोजावे लागतील. म्हणून त्याने 'चुकवू नये असे काही' या पंक्तीत बसणाऱ्या बिझिनेस डॉट कॉम सारख्या डझनावारी डोमेन-नेम्सची सर्वाधिक पैसे मोजणाऱ्याला विकण्याच्या एकमेव इराद्याने नोंदणी केली.

त्याची ही चाल अचूक ठरली. त्याने *बिझिनेस डॉट कॉम* साडेसात दशलक्ष डॉलर्सला तर *ऑटोज डॉट कॉम* २.२ दशलक्ष डॉलर्सना विकली. गंमत म्हणजे ऑट्रोव्हस्की डोमेन-नेम्सना स्थावर मालमत्ता असं संबोधतो. पण जुन्या अर्थशास्त्रातील स्थावराची जागा आता नव्या अर्थशास्त्रात दगड-मातीऐवजी संगणकीय प्रारूप घेणार असं दिसतं.

अदृश्य भांडवलाचे अनेकविध प्रकार

ब्रँडच्या स्वरूपातील भांडवल असे ज्या फायदेशीर **अदृश्य भांडवला**ला म्हटले जाते त्याचे आणखी एक उदाहरण आहे कोका-कोलाचे. कोका-कोलाचे ब्रँड कॅपिटल म्हणजे त्याच्या नावातली ताकद आणि नवीन व्यवसाय मिळवून देण्याची त्याची पत हे साधारणत: ६.५ दशलक्ष डॉलर प्रतिवर्ष इतके आहे असा बिझनेस वीक मासिकाचा अंदाज आहे. त्यामुळे कोका-कोला जगातील सर्वोच्च ब्रँड आहे.

फक्त नावाच्या जोरावर दरवर्षी लाखो डॉलर्स कमवायचे म्हणजे फार मोठे **ब्रँड भांडवला**चे उदाहरणच, असं तुम्हाला नाही का वाटत?

अदृश्य भांडवल - 'नवा हेविवेट विजेता'

दृश्य भांडवलाची किंमत अदृश्य भांडवलाला मिळू लागली ती इंटरनेट येण्याअगोदरच पण इंटरनेटने ती प्रक्रिया फारच जोमदार केली.

उदाहरणच द्यायचं तर बाजारातील एकशे पन्नास दक्षलक्ष डॉलर्सच्या भांडवलापर्यंत पोहोचायला जनरल इलेक्ट्रिक आणि एक्सॉन मोबिल यांना शंभर वर्षांचा कालावधी लागला आणि **दृश्य भांडवला**ची लाखो डॉलर्सची गुंतवणूक (कारखाने, गोदामे, शुध्दिकरण-प्रकल्प, यंत्रसामुग्री, कच्चा माल, संशोधन इ.) करावी लागली.

'गुगल'ला मात्र त्या मानाने खूपच कमी **दृश्य भांडवल** वापरून (एकमेकाला जोडलेले काही हजार सर्व्हर्स आणि संगणक) आणि प्रचंड **अदृश्य भांडवल** वापरून तसेच डिजिटल माहिती, तल्लख संस्थापक आणि कर्मचारी व लखलखीत ब्रँड नेम यांच्या साहाय्याने अवघ्या *तीन वर्षांत* एवढेच गुंतवणूक-मूल्य निर्माण केले.

जागतिक अर्थव्यवस्थेत **अदृश्य भांडवला**चा प्रभाव सिध्द करण्यासाठी गुगल आणि कोका-कोला ही दोन उदाहरणे पुरेशी आहेत. जसजसं आपलं जग दिवसागणिक अधिकाधिक संगणकीय, अधिक वैश्विक, अधिकाधिक संपर्कशील होत चाललं आहे, तसतसं **अदृश्य भांडवल दृश्य भांडवला**ला प्रभाव नि मिळकत या दोन्ही बाबतीत वरचढ ठरणार आहे.

नवी अर्थव्यवस्था = नवे नियम

जुनी अर्थव्यवस्था	**नवी अर्थव्यवस्था**
दृश्य भांडवलावर चालणारी	अदृश्य भांडवलावर चालणारी
पैसा, जमीनजुमला, इमारती कार्यालये, उत्पादन यंत्रसामुग्री, मालाचा साठा	**संपर्क, कल्पकता, बुद्धी, ब्रँड, पतप्रतिष्ठा, नाविन्य, ई-भांडवल इ.**

भांडवलासंदर्भात घडून आलेली उत्क्रांती आणि **दृश्य भांडवल** ते **अदृश्य भांडवल** हे झालेले स्थित्यंतर तुमची दुनिया कशी पालटून टाकीत आहे (आणि म्हणून तुमच्या कार्यपध्दतीमध्ये सुधारणा करण्याचा विचार करण्याची गरज का आहे आणि संपत्ती निर्माण करण्याचे मार्ग कोणते) हे जाणण्यासाठी पुढच्या भागाकडे वळू या.

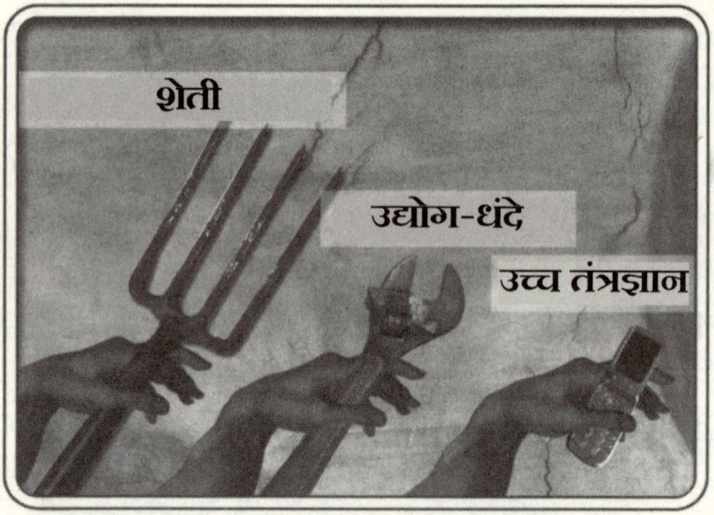

'परिवर्तन' हा आयुष्यातील नियम आहे. आणि फक्त भूतकाळाकडे किंवा वर्तमानकाळाकडे पाहणाऱ्यांच्या हातून भविष्यकाळ निसटतो हे नक्की!

– जॉन एफ. केनेडी

३

भांडवलवाद ३.० ची उत्क्रांती

मी हे लिहीत असताना अमेरिकेतील सामान्य कर्मचारीवर्गाच्या पगाराची घसरण होत आहे. किरकोळ विक्री–व्यवसाय मात्र बाळसे धरीत आहेत.

याचं कारण काय? मी याचं उत्तर एका शब्दात देऊ शकतो.

'चीन'.

चेअरमन माओ यांच्या निधनानंतर पाश्चिमात्य देशांसारखी सुबत्ता प्राप्त करून घेण्यासाठी चाललेल्या तीव्र चढाओढीपोटी चीनने पलटी मारून भांडवलवादाचा स्वीकार केला. हा पवित्रा फारच यशस्वी ठरला. सध्या जगामध्ये वापरल्या जाणाऱ्या सर्व गोष्टींपैकी ५०% गोष्टी या चीनमध्ये उत्पादित झालेल्या आहेत.

निव्वळ दोन दशकांमध्ये चीन साऱ्या जगासाठी उत्पादन करणारा देश कसा काय ठरू शकला? आणि ही गोष्ट तुमच्या भविष्यातील अर्थव्यवस्थेबद्दल काय भाकीत करते? मी याचं उत्तर देण्यापूर्वी थोडा इतिहास पडताळून बघू.

भांडवलवादाबद्दल थोडक्यात

आज जो भांडवलवाद आपल्याला दिसतो तो फक्त १७७६ या वर्षापासून अस्तित्त्वात आहे. हे वर्ष म्हणजे जग पालटवून टाकणाऱ्या दोन घटना जेव्हा घडल्या ते! एक म्हणजे अमेरिकन क्रांती आणि दुसरी म्हणजे ॲडम स्मिथ यांच्या मूलगामी विचार प्रकट करणाऱ्या *'द वेल्थ ऑफ नेशन्स'* या पुस्तकाचं प्रकाशन.

अमेरिकन क्रांतीमुळे लोकशाहीची पायाभरणी झाली.

ॲडम स्मिथ यांनी भांडवलवादाचा पाया रोवला.

अमेरिका या राष्ट्राच्या नेत्यांनी इंग्लंडने लादलेल्या अर्थव्यवस्थेला निकामी लेखलं. वसाहतीतील रहिवाश्यांनी इंग्लंडच्या फायद्याचा विचार करून चाललेल्या अर्थव्यवस्थेला विरोध केला.

वसाहतवादाचा अमेरिकेवर झालेला दुष्परिणाम

करांचा बोजा — मर्यादित स्वातंत्र्य

जाचक जकात दर

शासनप्रणित व्यवसाय-धंदा

अमेरिकेच्या राज्यघटनेइतकाच क्रांतिकारी विचार ॲडम स्मिथ यांनी अर्थशास्त्राविषयी मांडला. ॲडम स्मिथ यांच्या मते वस्तू आणि सेवा यांची खरेदी विक्री करताना लोक त्यांच्या स्वार्थाचाच विचार करणार आणि त्यालाच प्रोत्साहन दिले गेले पाहिजे. आधुनिक काळातील मुक्त व्यवसाय-पद्धतीला स्मिथ यांनी दिशा दिली.

ॲडम स्मिथ यांचे भांडवलवादाबद्दलचे विचार

कमी कर मुक्त व्यापार खाजगी व्यवसाय

कमी शासनव्यवस्था जमीन मालकीचा हक्क

जनसामान्यांना अधिक स्वातंत्र्य

अमेरिकेच्या राष्ट्रपित्यांनी स्मिथ यांची पद्धत अवलंबिली आणि **भांडवलवाद १.०** जन्माला आली. पुढच्या २३० वर्षांच्या कालावधीत – १८ व्या आणि १९ व्या शतकात **भांडवलवाद १.०** मध्ये उत्क्रांती झाली. **भांडवलवाद २.०...** २० व्या शतकाच्या मध्यावर... तेथून सध्याच्या **भांडवलवाद ३.०** पर्यंत. या प्रत्येक स्थित्यंतरावर नजर टाकू या.

भांडवलवाद १.०

१६०० च्या सुरुवातीपासून ते १८०० च्या अखेर पर्यंत शेती व औद्योगिक क्रांती यांनी अमेरिकन अर्थव्यवस्थेवर अधिराज्य गाजवलं. याच काळात इंग्रजांच्या रुकुटुकू चालणाऱ्या वसाहतीपासून अधिकृत जागतिक महासत्तेपर्यंत अमेरिकेचा विकास झाला.

भांडवलवाद १.० भरास आली ती गिल्डेड एजमध्ये.* या काळात ९०% संपत्ती होती आणि ८०% लोकसंख्या मात्र अत्यंत कमी रोजगारावर १०/१० तास राबत होती.

** १८७०–१८९७ या काळात अमेरिकेची अर्थव्यवस्था प्रचंड विस्तारली. पण उद्योगांच्या भरभराटीबरोबर कामगारांचे व शेतकऱ्यांचे दैन्यही वाढले. म्हणून त्या काळाला गिल्डेड एज – बेगडी सुवर्णयुग – म्हणतात.*

भांडवलवाद २.०

हेन्री फोर्ड यांनी १९०० च्या सुरुवातीला विकसित केलेल्या यंत्रजुळणी असेंब्ली लाइन तंत्रामुळे उत्पादनक्षेत्राने फार पुढचा पल्ला गाठला. दुसऱ्या महायुद्धाने उत्पादनक्षेत्राला चांगली गती दिली. युध्दानंतरच्या काळात अर्थव्यवस्थेची जसजशी भरभराट झाली तसतशा उत्पादन क्षेत्रातील चांगल्या पगाराच्या नोकऱ्यांची संख्याही वाढली. १९५० च्या सुमारास अर्थव्यवस्थेत महत्त्वाचा बदल घडून आला. आजवरच्या इतिहासात पहिल्यांदाच यंत्रकामगारांच्या नोकऱ्यांच्या संख्येला व्यवस्थापकीय नोकऱ्यांच्या संख्येने मागे टाकले कारण माहिती युगाची घोडदौड जोरात सुरु झाली व यंत्रचलित उद्योग नोकऱ्या निर्माण करताना मागे रखडू लागला.

भांडवलवाद ३.०

१९९२ साली अमेरिकन काँग्रेसने इंटरनेटच्या व्यापारीकरणाला मान्यता दिली आणि दहा वर्षांच्या आत वर्ल्ड वाइड वेबने भांडवलवाद ३.० चा मार्ग मोकळा करून दिला. डिजिटल रूपात जगभर जाळे पसरलेला, जगाच्या व्यापार-क्षेत्राशी तत्काळ जोडणारा, जलद संपर्कसुविधा देणारा आणि वेड्या वेगाने जग पालटून टाकत असलेला हा भांडवलवाद. दरम्यान मोठमोठे उद्योगसमूह कामे बाहेर सोपवून वेतनाची रक्कम कमी करू लागले. वेबवर सहजपणे माहिती उपलब्ध होत असल्यामुळे, शतकानुशतके अस्तित्त्वात असणाऱ्या दैनिक वृत्तपत्रांसारख्या काही व्यवसायांना आपली व्यावसायिक नीती बदलणे अथवा कालौघात नष्ट होणे भाग पडले आहे.

आपण चीनशी स्पर्धा का करू शकत नाही!

तर **भांडवलवाद १.०** ते **भांडवलवाद ३.०** या इ-उत्क्रांतीचा अर्थ तुम्ही कसा लावाल? याचा अर्थ असा की **भांडवलवाद २.०** मधल्या उत्तम वेतनाच्या सुरक्षित रोजगाराच्या संधी संपुष्टात आल्या आहेत नि ज्या उरल्या आहेत त्यांचे वेतन फारच कमी करण्यात आले आहे.

१९७२ मधल्या वेतनांशी आजच्या वेतनांची तुलना करा...

१९७२ मधील वेतन	**२००७ मधील वेतन**
माध्यमिक शाळेतून पदविका पास केलेल्या पुरुष कर्मचाऱ्याचे वेतन ४२००० डॉलर्स (आजच्या भावाने)	उत्पादन क्षेत्रातील सर्वसाधारण कर्मचाऱ्याचे आजचे वेतन २९००० डॉलर्स

गेल्या ३५ वर्षांत जेव्हा जागतिक अर्थकारणात तेजी होती तेव्हा अमेरिकेतील कर्मचाऱ्याचे सरासरी वेतन *३१% नी घटले - म्हणजे महिन्याला एक हजार डॉलर्सपेक्षा अधिक नुकसान!* ही परिस्थिती पुरेशी वाईट नव्हती म्हणून की काय सगळ्या प्राथमिक गरजांचे म्हणजे अन्न, भाडे, दळणवळण, आरोग्यसुविधा यांचे भाव चलनवाढीच्या दरापेक्षा वाढले.

उत्तर अमेरिकेत कारखान्यातील कर्मचारी सध्या सरासरी तासाला २१ डॉलर्स कमवतो आणि *तासाला सरासरी ०.६४ डॉलर* कमावणाऱ्या चिनी कर्मचाऱ्याशी स्पर्धा करायला बघतो.

चीनमध्ये उत्पादन करणे अमेरिकेत उत्पादन करण्याच्या तुलनेत ३०

टक्क्यांनी स्वस्त आहे. अमेरिकन उत्पादक चीनच्या दिशेने का जात आहेत याचं कारण शोधणं त्यामुळेच अवघड नाही.

माझ्या मते हे सारं भीतीदायक आहे नि जास्तच भीतीदायक होत चाललंय.

कामगाराच्या नोकऱ्यांपेक्षा पांढरपेशा नोकऱ्यांचे काही फार चांगले आहे असं नाही. काही दशकांपूर्वी महाविद्यालयातून घेतलेल्या पदवीमुळे एखादी चांगली, सुरक्षित मध्यम श्रेणीतील व्यवस्थापकीय नोकरी तदनुषंगिक लाभ व निवृत्तीवेतन यांसह निश्चितच मिळत असे.

आता मात्र नाही.

इंटरनेटमुळे अवतरलेल्या **भांडवलवाद ३.०** मुळे सारेच चित्र पालटले. हे खरं आहे की काही भरपूर **बौध्दिक भांडवल** असणारे, अतिहुशार तंत्रज्ञ इंटरनेटच्या माध्यमातून श्रीमंत होत आहेत. पण अशी लोकं लाखात एक.

तुम्ही त्यांच्यापैकी नव्हेत. हे अगदी नक्की.

ओळख नावाचे भांडवल मदतीला घ्या

तुमच्या माझ्यासारख्या सामान्य माणसांची कथा काय असते? **भांडवलवाद ३.०** च्या जमान्यात आपल्या जवळच्या कोणत्या प्रकारच्या भांडवलाचे रूपांतर आपण फायदेशीर व्यवसायात करू शकतो?

याचे उत्तर – **ओळख नावाचे भांडवल.**

भांडवलवाद ३.० च्या जमान्यात भरभराट करून घेण्यासाठी तांत्रिक कौशल्यं आपल्याजवळ नसली तरी आपल्या ओळखी असतात. आणि **भांडवलवाद ३.०** च्या या दिवसांमध्ये थंड, हायटेक इंटरनेट जेव्हा सारे

नियम ठरवीत आहे तेव्हा लोकांना हवी असेल हायटच संपर्काची ऊब! हाय टच कॉन्टॅक्ट! आणि म्हणूनच जग जेवढं हायटेक - उच्चतंत्रज्ञानाशी निगडित होईल तेवढ्या जास्तीत जास्त लोकांना हवासा वाटेल तो हाय टच. म्हणजे स्पर्शाचा अनुभव नि गाठीभेटी!

म्हणूनच तर **बुद्धीमत्तेच्या भांडवला**पेक्षा किंवा **आर्थिक भांडवला**पेक्षा जर कोणत्या भांडवलाचे अधिराज्य येणाऱ्या पुढच्या काळात असेल तर ते **ओळख नावाच्या भांडवलाचे.**

फेसबुक डॉट कॉम आणि इतर सोशल नेटवर्किंगच्या साइट्स – संकेतस्थळं इंटरनेट व वास्तव जग यांना एकत्र आणण्याचं काम करणारी संयुगे आहेत.

– न्यूजवीक

४

फेसबुक डॉट कॉम विरुध्द समोरासमोर

कल्पना करा की तुम्ही १९ वर्षांचे होतकरू कॉलेज तरुण आहात नि तासाच्या मधल्या वेळात तुम्ही इंटरनेटवर सामाजिक संपर्काचे संकेतस्थळ सुरु करता. आता कल्पना करा की तीन वर्षांनंतर तुम्ही २२ वर्षांचे असताना 'गुगल' तुम्हाला या संकेतस्थळासाठी एक दशलक्ष डॉलर्स देऊ करते.

तुम्ही याला नकार द्याल का? बहुतेक नाही.

पण मार्क झुकेरबर्ग यानं हे केलं कारण त्याला ठाऊक होतं की त्याच्या बुध्दिमत्तेचं फळ असलेले *फेसबुक डॉट कॉम* एक दशलक्षापेक्षा कितीतरी जास्त मौल्यवान आहे. गुगलच्या या प्रवासानंतर एक वर्षाने असं सिध्द झालं की झुकेरबर्गचं बरोबर होतं- २००७ साली *फोर्ब्स मासिकाने फेसबुक* चे मूल्य ७ ते १० दशलक्ष डॉलर एवढे वर्तविले आणि त्यानंतरच्या वर्षात तर बहुतेक खूपच अधिक!

फक्त तीन वर्षांत एका लक्षणीय कल्पनेपासून १० दशलक्ष डॉलर्सपर्यंत मजल! आपलं डोकं चक्रावून जातं, नाही का?

इंटरनेटच्या युगात **भांडवलवाद ३.०** च्या संदर्भात **बुध्दिमत्तेचं भांडवल** किती लाभदायक ठरत आहे याचं झुकेरबर्ग म्हणजे फक्त एक उदाहरण आहे. पण झुकेरबर्गच्या बाबतीत त्याचे **बुध्दिमत्तेचे भांडवल** एवढे मौल्यवान ठरण्याचे कारण म्हणजे खूपच जुने व मूलभूत स्वरूपाचे **'ओळखी नावाचे भांडवल'** होय.

संगणकाद्वारे संपर्क व संवाद

मित्र, परिवारातील माणसं, सहकर्मचारी, समूहाचे सभासद इ. सर्वांशी संवाद साधण्यास साहाय्यभूत ठरणाऱ्या प्रत्यक्ष आयुष्यातील ओळखींच्या ऑनलाइन संपर्काचा "सामाजिक आलेख" म्हणजे *फेसबुक* असे झुकेरबर्ग म्हणतो.

मुळात फक्त महाविद्यालयीन विद्यार्थ्यांपुरतेच मर्यादित असणारे फेसबुक आता १३ वर्षांवरील कुणाहीसाठी खुले आहे. रोज फेसबुक साइन अप करणाऱ्या २५०,००० सभासदांपैकी बहुसंख्य २५ वर्षांचे किंवा त्यापेक्षा प्रौढ आहेत. झुकेरबर्गच्या अंदाजाप्रमाणे हाच प्रकार सुरू राहील कारण ज्यांच्याशी ओळख आहे किंवा करून घ्यावीशी वाटते अशा लोकांशी संपर्क व संवाद करण्याचा मार्ग जास्तीतजास्त प्रौढ मंडळी शोधत असतात.

सामाजिक संपर्काचे संकेतस्थळ म्हणजे काय? आणि दर आठवड्याला लाखो लोकांची भर पडणारे 'फेसबुक' एवढे 'विशेष' ठरण्याचे कारण कोणते? संगणकामार्फत सामाजिक संपर्क म्हणजे स्थानिक कट्टा किंवा कामाच्या ठिकाणी असलेल्या विश्रांतीच्या खोलीचे संगणकीय स्वरूप आहे.

फेसबुक डॉट कॉमवरून करावयाच्या गोष्टी

गप्पा मारणे किस्से सांगणे भेटीगाठीची वेळ ठरविणे

सादरीकरण करणे कुचाळक्या करणे

छायाचित्रे आणि दृश्यफितींची देवाणघेवाण

नवे मित्र जोडणे.

थोडक्यात काय, तर *फेसबुक* म्हणजे वापरायला सोपी असणारी संवादाची सोय आहे आणि या संकेतस्थळाला जाहिराती नि प्रायोजक यांच्यामार्फत उत्पन्न मिळत असल्यामुळे ती फुकट वापरता येते.

फेसबुकला, प्रत्यक्ष भेट समजण्याची चूक करू नका.

फेसबुक सारख्या सामाजिक संकेतस्थळांमुळे महत्त्वाचा हेतू साध्य होतो. आपल्या सामाजिक वर्तुळात सध्या असणाऱ्या व्यक्तींबरोबरचा संपर्क समृध्द करणे त्यामुळे शक्य होते तसेच आपल्या संबंधितांचे वर्तुळ विस्तारण्याची संधी मिळते.

आपण **भांडवलवाद ३.०** च्या युगात वावरत असल्यामुळे *फेसबुक* आणि इतर सामाजिक संपर्क संकेतस्थळे (उदा:- उच्च प्राप्तीचे *स्मॉलवर्ल्ड डॉट नेट* आणि व्यावसायिकतेला वाहिलेले *लिंक्डइन डॉट कॉम*) आपल्या **ओळख नावाच्या भांडवला**चे मूल्य आणि महत्त्व दोन्ही वाढवतात.

इथपर्यंत ठीक आहे.

पण आधीच सावध केल्याप्रमाणे, **ओळख नावाच्या भांडवला**चा विचार करता प्रत्यक्ष भेटीची जागा फेसबुक घेऊ शकत नाही. याला दुजोरा

देण्यासाठी मेगाट्रेंड्स या जॉन नेसबिटच्या बेस्टसेलर/प्रचंड खपाच्या पुस्तकातील निरीक्षण बघा.

> **“आपण जितके उच्च तंत्रज्ञानाकडे अधिकाधिक वळू, तितकी आपल्याला संतुलन साधण्यासाठी अधिक गरज भासेल ती उत्कट स्पर्शाची.”**
>
> **– जॉन नेसबिट**
>
> मेगाट्रेण्डचे लेखक

ऑनलाइन सोय किती का अत्याधुनिक असेना, अखेर मानवी स्पर्शाला कोणताच पर्याय असू शकत नाही.

तुम्ही आलिंगन किंवा हस्तांदोलन डिजिटाइज करू शकत नाही.

तुम्हाला ‘नजरानजर’ ह्या गोष्टीचा ई-मेल करता येत नाही.

तुम्हाला ‘स्पर्श’ या गोष्टींना एसएमएसचे रूप देता येत नाही.

आपल्या व्यक्तिगत आयुष्यातही असे डझनावारी प्रसंग असतात जेव्हा प्रत्यक्ष भेटीला पर्याय नसतो. आनंदाच्या उत्सवांमधे म्हणजे लग्न, पदवीदान-समारंभ, वाढदिवस, परिवाराचा मेळावा तसेच निवृत्ती, श्रध्दांजली किंवा अंत्यसंस्कार यासारख्या महत्त्वाच्या नि गंभीर प्रसंगी आपण प्रत्यक्ष उपस्थित रहावं अशीच अपेक्षा असते.

हेच आपल्या व्यवसायाच्या बाबतीतही लागू पडते. सादरीकरण असो, लोकांना सांभाळणे असो, नव्या ग्राहकाचे मन जिंकणे असो, नव्या

लोकांना शिक्षण देऊन प्रशिक्षित करणे असो किंवा एखादा सौदा पक्का करणे असो, किंवा प्रादेशिक अथवा राष्ट्रीय परिषदेत सहभागी होणे असो- व्यावसायिक रिवाजांमध्ये प्रत्यक्ष उपस्थितीची जागा कोणतीच गोष्ट, खरोखर दुसरी कोणतीच गोष्ट घेऊ शकत नाही.

हे नक्की की उच्च तांत्रिक सुविधा श्रेष्ठ असल्या तरी त्या प्राणहीन असतात. याच कारणामुळे प्रत्यक्ष प्रसंगातील उर्जेची जागा त्यांना घेता येत नाही. उदा:- प्रत्यक्ष सादरीकरणामधील किंवा प्रात्यक्षिकामधील कळकळ किंवा आमने-सामने उभे राहिल्यावर समोरच्या व्यक्तीचे मन आणि आत्मा यांचा मिळणारा अनुभव.

‘विना ई-मेलचा शुक्रवार’

उद्योगसमूहांना आता हे उमजलं आहे की ई-संवादापेक्षा-संगणकीय संपर्कापेक्षा-प्रत्यक्ष भेटून समोरासमोर घडलेला संवाद अधिक चांगला ठरतो. यू.एस. सेल्युलर, डेलॉइट अँड टुशे, इंटेल यांसारखे बडे उद्योगपती आता ‘विना ई-मेलचे शुक्रवार किंवा साप्ताहिक सुटी’ यावर भर देऊ लागले आहेत.

ई-मेल वरचा हा बहिष्कार फार तातडीच्या कामांना लागू नाही-पण कर्मचाऱ्यांमधील नातेसंबंध दृढ होण्यासाठी आणि सहकर्मचाऱ्यांबरोबर चर्चा करून, ग्राहकांना प्रत्यक्ष भेटून किंवा दूरध्वनीने संपर्क साधून उत्पादनक्षमता वाढविण्यासाठी तो आहे.

वादाचे मुद्दे मिटवून पुढे जाण्याऐवजी कर्मचारी ई-मेल द्वारे लांबच लांब संदेश साखळ्या पुढेमागे फिरवत राहतात हे व्यवस्थापकांच्या लक्षात आल्याने ‘ई-मेल नको’ चळवळीने मूळ धरले. अतिसंक्षिप्त आणि वाईट भाषेतील, ज्यातून चुकीचा अर्थ काढला जाऊ शकतो असे नातेसंबंध

ताणणारे संदेश, यामुळे परिस्थिती चिघळत होती.

ई-मेल वर बहिष्कार टाकून व्यवस्थापक आणि कर्मचारी शुक्रवारचा उपयोग प्रत्यक्ष भेटीगाठी घेणे, नातेसंबंध दृढ करणे आणि संवादामधील अडथळे दूर करणे यासाठी करतात.

यू.एस. सेल्युलरची विपणन-संचालक कॅथी व्होल्पी म्हणते- ''ई-मेल द्वारे निर्जीव अहवाल पाठविणे म्हणजे व्यवसाय नव्हे. तो माणसं आणि संवाद यातून पुढे जातो.''

आजकाल, अगदी अत्याधुनिक, उच्च तंत्रज्ञानावर चालणाऱ्या उद्योग-समूहांना देखील, मानवजातीला जन्मापासून असणारी उत्कट स्पर्शाची गरज कधीच कालबाह्य ठरणार नाही, हे समजून चुकले आहे.

स्पर्शाचं महत्त्व इतकं का?

माणसाला स्पर्शाची फक्त *ओढ* नव्हे, तर गरज असते. निरीक्षणावरून हेच सिध्द होतं की शैशवामधे ज्या मुलांच्या वाट्याला स्पर्श आणि जिव्हाळा फारसा आलेलाच नाही ती मुलं जन्मभर बुध्दीने आणि भावनिक दृष्ट्या खुरटलेलीच असतात.

अगदी मोठेपणी सुध्दा शारीरिक नि भावनिक स्पर्शाची जन्मजात असलेली ओढ आपल्या मनातून नाहिशी झालेली नसते. म्हणूनच आपण उत्कट स्पर्शाचा पर्याय या अर्थी उच्च तंत्रज्ञानाची निवड करण्याचा सहजसाध्य मार्ग निवडण्याच्या मोहाविरुध्द उभे राहिले पाहिजे.

आजकाल दूरध्वनी किंवा ई-मेल द्वारे एखाद्यापर्यंत पोहचून त्याला तांत्रिक स्पर्श करणे फार सोपे झाले आहे. पण वाईट बाजू अशी की *संगणकीय जगच वास्तव जगापासून* दूर जाणे सहज शक्य करते. तुमच्या

ओळख नावाच्या भांडवलातून जास्तीत जास्त फायदा करून घेणे म्हणजे तुमची उच्च तंत्रज्ञानाची हत्यारे उत्कट, प्रत्यक्ष भेट ठरविण्यासाठी वापरणे.

तुम्ही कदाचित असे म्हटलेले ऐकले असेल की ''माध्यम हाच संदेश''- याचा अर्थ असा की *संवादाची पध्दत* ही संदेशाइतकीच, किंबहुना *त्याहीपेक्षा* महत्त्वाची असते. तुम्ही जेव्हा एखाद्याला ई-मेल करता तेव्हा *उच्च तंत्रज्ञानाचे ते माध्यम* म्हणते- ''मी तुमच्याबद्दल विचार करीत आहे.'' पण जेव्हा तुम्ही प्रत्यक्ष जाऊन भेटता तेव्हा हे *समोरासमोरचे उत्कट स्पर्श- माध्यम* म्हणते, ''मला तुझ्याबद्दल आस्था वाटते नि मी आपल्या नातेसंबंधाचा आदर करतो.''

दोन संदेशांमध्ये खूप मोठा फरक आहे. हो ना?

आकडेवारीमुळे मुद्दा सिध्द होतो

आपण बोलताना शब्दांद्वारे व्यक्त होतो, हे खरे पण त्यापेक्षा आपण आपल्या बोलण्याचा स्वर आणि देहबोलीतून व्यक्त होतो ही गोष्ट आमने-सामने संवादाची बाजू फार जोरकसपणे मांडते.

संशोधनाने सिध्द झाले आहे की आपल्या संवादात शब्दांद्वारे जे समजतं ते फक्त ७% असतं. आणखी ३८% टक्के समजतं ते बोलण्याच्या स्वरामुळे. आणि ५५% टक्के इतक्या मोठ्या प्रमाणात नि:शब्दपणे व्यक्त होतं ते आपल्या पोषाखाच्या पध्दतीवरून, रूपरंगावरून, चेहऱ्यावरील भावनांवरून आणि देहबोलीवरून. *याचा अर्थ असा की ९३% इतक्या मोठ्या प्रमाणातील संवाद हा नि:शब्द असतो.*

म्हणूनच तुमचे **ओळख नावाचे भांडवल** वाढविण्यासाठी तुम्हाला खूप काही 'असायला' हवे.

प्रामाणिक राहा.

व्यावसयिक राहा.

आत्मविश्वासाने युक्त राहा.

स्वाभाविक राहा.

सर्वात महत्त्वाचं म्हणजे **तिथे प्रत्यक्ष उपस्थित राहा!**

हे करा आणि मग तुमचं **'ओळख नावाचं भांडवल'** प्रचंड लाभ मिळवून देईल.

विस्मृतीत हरवलेले अमेरिकेतील नायक म्हणजे उद्योजक.

– प्रेसिडेंट रोनाल्ड रेगन

५

उद्योजकतेच्या युगात आपले स्वागत

जगाच्या लोकसंख्येच्या निव्वळ ४% लोकसंख्या असूनही आज मितीला अमेरिका ही जगातील सर्वात बडी अर्थव्यवस्था आहे.

याचे कारण काय?

कारण आपण उद्योजकांचे राष्ट्र आहोत.

४०० वर्षांपूर्वी, १६०७ मध्ये 'न्यू वर्ल्ड' मध्ये सोने सापडण्याच्या आशेने इंग्लिश गुंतवणूकदारांनी जेव्हा व्हर्जिनियामध्ये जेम्सटाऊन वसवले, तेव्हाच उद्योजकतेची मुळे रोवली गेली.

जेम्सटाऊन मधल्या व्यवसायिकांचे अगदी सर्वस्व लुटले गेले खरे, पण त्यांच्या नकळत आधुनिक युगातील भांडवलवादचे बीज त्यांच्याकडून पेरले गेले. वसाहतवासीयांना जास्तीत जास्त संख्येने कामावर घेऊन अधिक भांडवल उभे करण्यासाठी लंडन येथील व्हर्जिनिया कंपनीने स्थानिक होणाऱ्यांना जमीन आणि अधिक प्रोत्साहन म्हणून मतदानाचा हक्क देऊ केला.

जेम्सटाऊनमधील प्रयोग

तीन मूलभूत हक्कांमुळे मुक्त व्यवसाय आणि उद्योजकतेची बीजे रोवली जातात.

१. मालकीची जमीन बाळगण्याचा हक्क

२. मालकीचा व्यवसाय उभा करण्याचा हक्क

३. मतदानाचा हक्क

उद्योजकता आपल्या रक्तातच!

गेल्या काही शतकांमधे, लोहचुंबकाने लोखंडाचा कीस आकर्षित करावा असे उत्तर अमेरिकेने उद्योजकांना आकर्षित केले. याचं कारण हेच की फक्त धाडसी आणि तल्लख माणूसच आयुष्यभराचा धोका पत्करून, वादळी महासागरावरून हजारो मैल प्रवास करण्यासाठी त्याच्या खिशातील पै न पै खर्च करून, परमुलखात संधीचा शोध घेईल!

कल्पना करा– जन्मभराची बचत परदेशात स्थायिक होण्यासाठी खर्च करायची. तिथली भाषा येत नाही, रीतीरिवाज ठाऊक नाहीत, रोजगार नाही; पण कधीतरी स्वत:च्या मालकीचा व्यवसाय उभा करण्याच्या स्वप्नानं प्रेरित होऊन स्वत:चं भविष्य साकारायचं... हीच तर कमालीची उद्योजकता, असंच म्हणाल ना तुम्ही?

१८९२ ते १९३० या कालावधीत न्यूयॉर्क बंदरातील एलिस आयलंडमधून यांपैकी १२ दशलक्ष लोक आत आले अशी नोंद आहे. स्वेच्छेने स्थलांतर केल्याचे इतिहासातील हे सर्वात मोठे उदाहरण आहे.

एलिस आयलंडमधील स्थलांतरितांचे समूह (१८९२ ते १९३०)

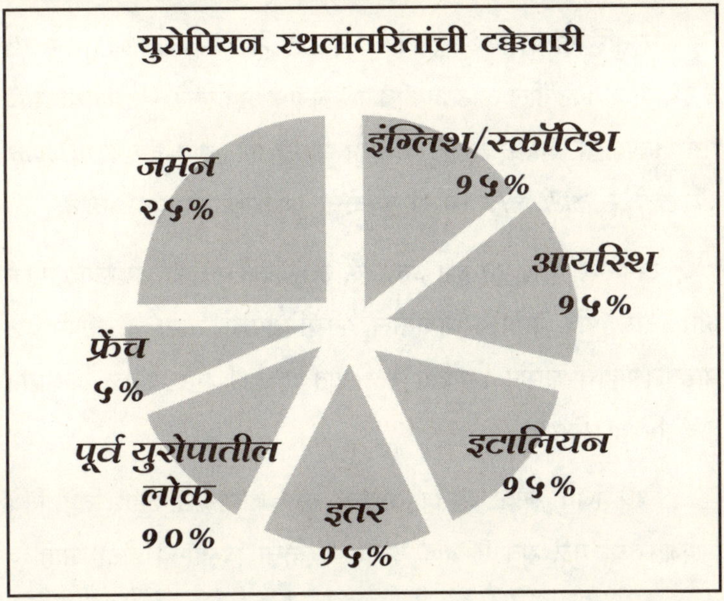

१० कोटीपेक्षा अधिक अमेरिकन रहिवासी एलिस आयलंड मधून आलेल्या या स्थलांतरितांच्या लाटेचेच वंशज आहेत. याचाच अर्थ असा की तुमच्या किंवा तुमच्या जोडीदाराच्या पेशींवरही ठसा आहे तो तुमच्या पूर्वजांच्या उद्योजकतेचाच. अलीकडची सर्वेक्षणे याच्या सत्यतेची ग्वाही देतात. उत्तर अमेरिकेतील रहिवासी ब्रिटिशांच्या तुलनेत दुप्पट प्रमाणात व्यवसाय उभारतात आणि पश्चिम युरोपियनांच्या तुलनेत चौपट प्रमाणात.

वाढती उद्योजकता

आजकाल जास्तीत जास्त लोक त्यांच्या मूळ उद्योजकतेच्या वृत्तीकडे वळू लागले आहेत व विक्रमी संख्येने व्यवसाय उभारू लागले आहेत. त्यामागे हाच विचार आहे की सततची उलथापालथ नि मंदी अशा या सद्यस्थितीत *दुसऱ्या कोणासाठी तरी काम करणे हे स्वयंरोजगारापेक्षा*

अधिक धोक्याचे आहे.

वस्तुस्थिती अशी आहे की *'यु.एस.ए. टूडे'*च्या म्हणण्यानुसार १७ ते ६५ या वयोगटातील आठ अमेरिकनांपैकी एक अमेरिकन – उद्योगव्यवसाय सुरू करण्याचा प्रयत्न करतो. यावरून दिसते की *काम करण्याची क्षमता असलेले २ कोटी लोक* त्यांचा स्वत:चा व्यवसाय उभारीत आहेत.

अमेरिका हा एकच देश अचानक उद्योजकतेच्या लाटेवर स्वार झाला आहे असे मात्र नाही. रशियातील कम्युनिझमचा अस्त व चीनमधील भांडवलशाहीचे शासन नियंत्रित रूप यात पडलेली भर यामुळे जगभरात हीच स्थिती दिसते.

जिथे जिथे लोक स्वतंत्र आहेत, मुक्त बाजारपेठ आहे तिथे तिथे उद्योजकतेची मुळे रोवली जात आहेत व तिचा विस्तारही होतो आहे.

या उद्योजकतेच्या युगात तुमचे स्वागत असो.

उद्योजक कोणत्या संधीचा शोध घेतात?

लोक स्वत:चा उद्योग सुरू करतात त्याची डझनावारी कारणे आहेत. स्वत:चा व्यवसाय सुरू करावयास प्रेरित करणाऱ्या दहा प्रमुख संधींची यादी मी इथे देतो आहे.

अशा १० प्रमुख संधी ज्या उद्योगाची मालकी मिळवण्यास प्रेरित करतात

१ अधिक पैसा कमवण्याची संधी
२ कामाच्या तासांचे वेळापत्रक लवचिक ठेवण्याची संधी
३ आयुष्यभराचं स्वप्न साकार करण्याची संधी
४ स्वत:चे भविष्य घडवण्याची संधी
५ स्वत:च स्वत:चे बॉस होण्याची संधी
६ आपले सहकर्मचारी निवडण्याची संधी
७ आपल्या पात्रतेइतके उत्पन्न कमावण्याची संधी
८ कुटुंबासाठी वारसा-संपत्ती निर्माण करण्याची संधी
९ स्वत:चे नि त्याबरोबर इतरांचे भले करण्याची संधी
१० व्यक्तिश: आणि व्यवसायात स्वविकास करण्याची संधी

यांपैकी कोणती गोष्ट तुमच्या विचाराशी जुळते?

इथे जरी 'अधिक पैसा कमवण्याची संधी' प्रथम स्थानांवर असली तरी अधिक पैसा कमवणे ही गोष्ट तुमच्या व्यक्तिगत यादीत शेवटच्या स्थानावर असू शकते. स्वत:चा व्यवसाय असण्यामागचा हाच भाग चांगला आहे की तुम्ही **तुमच्या स्वत:च्या कारणांना** अनुसरून व्यवसाय सुरू करू शकता व चालवू शकता. इतरांवर अवलंबून राहून नव्हे!

ओळख नावाच्या भांडवलावर *घसघशीत नफा थोड्या* **आर्थिक भांडवला**च्या साहाय्याने तुम्हाला कोणता व्यवसाय मिळवून देऊ शकतो ते पाहण्यासाठी वळू या पुढच्या भागाकडे.

थेट विक्रीचा अत्याधुनिक व्यवसाय म्हणजे सर्व नव्या उत्पादनांचे व सेवांचे वितरण करण्याचा आवडता पर्याय ठरू पाहत आहे.

– पॉल झेन पिल्झर
द नेक्स्ट मिलिअनेर्स

६

रेफरल मार्केटिंग : ओळखींच्या भांडवलाचे रूपांतर रोख रकमेत करणारे सर्वोत्तम साधन

भूतलावरच्या एक कोटी लोकांसमोर असलेला ज्वलंत प्रश्न म्हणजे, ''मी स्वत:चा व्यवसाय सुरू करावा का?''

खरं तर प्रश्न असा आहे की *''मी कोणता व्यवसाय सुरू करावा?''*

स्वत:चा व्यवसाय उभा करू पाहणाऱ्यासमोर मुळातून तीन पर्याय असतात.

१) नव्याने धंदाउभारणी

२) फ्रँचायझी

३) **रेफरल मार्केटिंग** ऊर्फ मार्केटिंगशी संबंधित किंवा नेटवर्क मार्केटिंग.

पहिल्या दोन प्रकारांमधील फार मोठी त्रुटी अशी की नव्याने धंदाउभारणी करताना किंवा शाखा सुरू करताना, एक तर व्यवहार्य व्यवसायाची आखणी लागते नि धंदा सुरू करून चांगला चालण्यासाठी भरपूर आर्थिक भांडवलाची गरज असते.

या पर्यायांवर एक नजर टाकू या.

फ्रँचायझीचे फायदे

फ्रँचायझीचा सर्वात मोठा फायदा हा की यशस्वी ठरलेले नि आखून दिलेले स्वरूप असल्यामुळे फ्रँचायझी उघडणाऱ्याकडून महागात पडणारी चुकीची पावलं उचलली जात नाहीत. फ्रँचायझीच्या उलाढालीत अंदाजपंचे किंवा चाचपडत पुढे जाणे नसले तरी यशस्वीरीत्या फ्रँचायझी चालवण्यासाठी त्यासाठी किंमत मोजावी लागते- *फार मोठी किंमत!*

फ्रँचायझी उघडणीची सर्वसाधारण फी (शुल्क) २० हजार ते ३५ हजार डॉलर्स इतकी आहे नि ती सुध्दा फक्त एकाच ठिकाणी फ्रँचायझी उघडण्याचा हक्क देते!

पण एवढ्यात चेकबुक मिटू नका. मोठ मोठे खर्च करण्याची ही सुरवात आहे. अजून हजारो डॉलर्स लागतात.(कधी कधी काहींच्या बाबतीत तर लाखो डॉलर्स) भाडेकरारावर जागा घेण्यासाठी, साधनसामुग्रीच्या खरेदीसाठी, माल साठवणीसाठी, कर्मचाऱ्यांना प्रशिक्षित करण्यासाठी आणि पहिल्या वहिल्या ग्राहकाचे पाऊल दारात पडण्या**पूर्वी** विमा उतरवण्यासाठी. भरीत भर म्हणून मूळ व्यावसायिकाला एकूण प्राप्तीच्या दहा टक्के रक्कम मानधन आणि विपणन-शुल्क म्हणून द्यावी लागते.

तुमचे सारे वरखर्च भागविणारी प्राप्ती होईपर्यंत म्हणजे साधारणपणे दोन ते तीन वर्षांसाठी तुम्हाला बिलं भरण्यासाठी खूप मोठ्या **खेळत्या भांडवला**ची गरज पडते.

मदतीचा मार्ग रेफरल मार्केटिंग

फ्रँचायझी - कल्पना छानच! पण सामान्य माणसाला न परवडणारी. फ्रँचायझीमुळे जे दोन मोठे फायदे मिळतात तेच मिळवून देणारा एखादा

धंदा असेल तर! म्हणजे कुणालाही अनुकरण करता येईल अशा फायदेशीर, आखीव-रेखीव विक्रीव्यवस्था असणाऱ्या स्वतंत्र व्यवसायाची मालकी मिळेल शिवाय अवाच्या सवा फी किंवा मोठा मासिक वरखर्च यामुळे रात्रीची झोपही उडणार नाही.

हा व्यवसाय आदर्श ठरेल. नाही का?

तो म्हणजे **रेफरल मार्केटिंग.**

रेफरल मार्केटिंगचं वैशिष्ट्य हेच की ते आपल्याला सहज जमतं. तुम्ही जर एखादा मस्त चित्रपट बघितलात किंवा छानशा उपहारगृहात जेवलात तर दुसऱ्याच दिवशी तुम्ही तुमच्या मित्रांना आणि परिचितांना त्याबद्दल सांगता. बरोबर ना? तोंडातून उच्चारला गेलेला शब्द हा आजवर शोधून काढलेल्या जाहिरातीच्या पध्दतीतील सर्वात परिणामकारक प्रकार.

गमतीची गोष्ट अशी की सिनेमागृहे आणि उपाहारगृहे, आणखीही इतर अनेक व्यवसाय **ओळख नावाच्या भांडवला**वरच लाखो कमवीत असताना आपण मात्र ते भांडवल फुकटात वाटतोय.

ते जर आपल्या ओळखींद्वारे पैसा कमवू शकतात तर आपण का नाही?

रेफरल मार्केटिंग तुमच्या ओळखींचे रूपांतर रोख पैशात करते कारण ते तुम्ही वापरत असलेली, तुम्हाला आवडणारी, हवी असलेली उत्पादने व सेवा यांच्या तुम्ही केलेल्या उल्लेखाबद्दल, दिलेल्या संदर्भाबद्दल तुम्हाला पैसे मिळवून देते.

तुमच्या ओळखीच्या लोकांना तुम्ही ज्याची शिफारस करता ती उत्पादने व सेवा यांची गरज असेल, त्यांना ती हवीशी वाटत असतील तर इतरांचे जीवन शारीरिक व सांपत्तिकदृष्ट्या सुधारताना, संपन्न करताना स्वत:च्या प्रगतीलाही हातभार का लावू नये?

मोठ्या व्यवसायांची मदार 'रेफरल'वर

खूपसे मोठमोठे उद्योगसमूह पूर्वीपासूनच धंदा विस्तारण्यासाठी 'रेफरल्स'वर अवलंबून राहिले आहेत. सल्लागार, धंद्यातील अडते, गहाणखत करणाऱ्या संस्था, ललितकलांचे व्यावसायिक आणि डझनवारी इतर व्यावसायिक संस्था यांनी नवे ग्राहक मिळविण्यासाठी व व्यवसायाची वृध्दी करण्यासाठी 'रेफरल्स'चा वापर केला आहे.

बँका आणि गुंतवणूक क्षेत्रातील दलाल संस्थेची शिफारस आपल्या मित्रांना नि परिचितांना करून देणाऱ्या कर्मचाऱ्यांना नेहमीच पैसे देत आले आहेत. 'आयबीएम ग्लोबल फायनान्सिंग' हे आयबीएमच्या कर्जविभागाला गती मिळवून देणारा व्यवसाय देणाऱ्या ग्राहकांना मुक्तहस्ते फायदा देते. आणि स्थावर मालमत्तेची खरेदी-विक्री करण्याच्या व्यवसायात तर गृहनिरीक्षक, अधिकारीवर्ग, अधिक मूल्य देणारे लोक, पैसे उधार देणारे लोक आणि चांगल्या कंपन्यांशी ग्राहकांचा संपर्क साधून दिल्याबद्दल दलालांना सर्रास पैसे दिले जातात.

रेफरलबद्दलचा प्रत्यक्ष अनुभव

व्यवसायिक वक्ता आणि प्रशिक्षक या नात्याने रेफरल्सबद्दलचा माझा प्रत्यक्ष अनुभव ४० वर्षांपेक्षा अधिक आहे.

माझी बरीचशी भाषणे ऑफिस किंवा संकेतस्थळाच्या माध्यमातून ठरतात पण खूपशी ठरवली जातात ती स्वतंत्र मध्यस्थांमार्फत किंवा ''स्पीकर्स ब्यूरो''मार्फत.

डझनावारी वक्ते आणि अनेकदा शंभर तरी कंपन्या नि संस्था यांच्याशी या ब्यूरोचा संपर्क असतो. जेव्हा एखाद्या कंपनीला वक्ता हवा

असतो तेव्हा स्पीकर्स ब्यूरोला फोन करून ते शिफारस मागवतात. प्रतिभावान व्यक्तीची शिफारस करण्यासाठी किंवा एखादा सोहळा निश्चित करण्यासाठी ब्यूरोला दलाली दिली जाते नि अशा रीतीने त्यांच्या ओळखीचे रूपांतर रोख पैशात होते.

पुन्हा, या सोयीमुळे प्रत्येकाचा फायदाच होतो. वक्त्याची विशिष्ट तारीख रिकामी राहण्याऐवजी त्या तारखेला भाषणाद्वारे पैसे मिळतात. संस्थेला सुयोग्य वक्ता लाभतो आणि ब्यूरोला दोघांना एकत्र आणल्याबद्दल दलाली मिळते.

सगळ्यांचाच इथून तिथून फायदा.

सध्याचे रेफरल मार्केटिंग बीजगणितातील घातांकासारखे आहे.

रेफरल विक्रीतून पैसा मिळविण्याच्या बाबतीत आणखी एक लक्षणीय गोष्ट अशी की त्यासाठी सुसज्ज कार्यालय किंवा खूप महागडी, अत्याधुनिक साधनसामुग्री लागत नाही. सेल फोन किंवा इंटरनेटवरून संपर्क एवढ्याचीच काय ती गरज असते.

सगळ्यात उत्तम म्हणजे रेफरल्स **भांडवलवाद ३.०** ला अगदी अनुकूल ठरते कारण मुळातच रेफरल्स तुमच्यापाशी विपुल असणाऱ्या **ओळख नावाच्या भांडवला**चा वापर करून घेते. उलटपक्षी **बुध्दिमत्तेचे भांडवल** किंवा **आर्थिक भांडवल** हा काही मोजक्या भाग्यवानांनाच लाभलेला दुर्मिळ ठेवा असतो.

रेफरल किंवा/आणि संबंधित इतर योजनांची दुसरी बाजू अशी की ते बऱ्याचदा – **रेषेप्रमाणे** *वाढणारे म्हणजे बेरीज स्वरुपात वाढणारे* असतात.

उदा. १० वेळा दलालीची रक्कम मिळविण्यासाठी खरेदीदार व विक्रेता यांच्यात १० वेळा यशस्वीरीत्या देवाणघेवाण तुम्ही घडवून आणावी लागते.

रेखात्मक वृध्दीचा आलेख असा असतो.

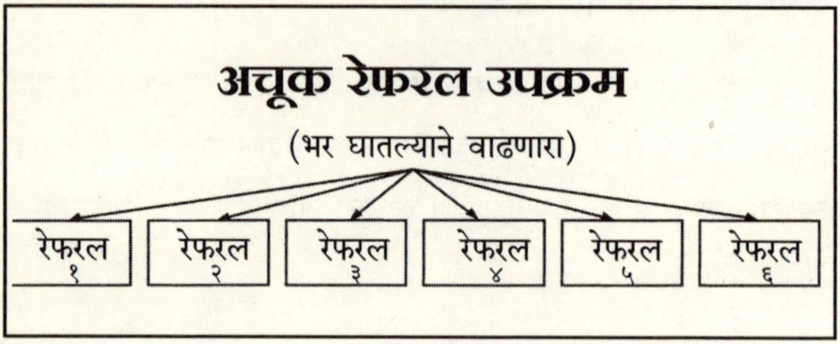

पण सध्याचे रेफरल मार्केटिंग रेफरल्सना वेगळ्या पातळीवर नेऊन ठेवते. नव्हे, भरपाईची नवी पातळीच उभी करते. इतरांना सामावून घेऊन तसेच त्यांना प्रशिक्षित करून तुम्हाला तुमचा व्यवसाय बीजगणितातील घातांक पध्दतीने कितीतरी पटींनी वाढावयाला रेफरल मार्केटिंग सक्षम बनवते. भूमितीश्रेणीने वाढणारा आलेख असा असेल.

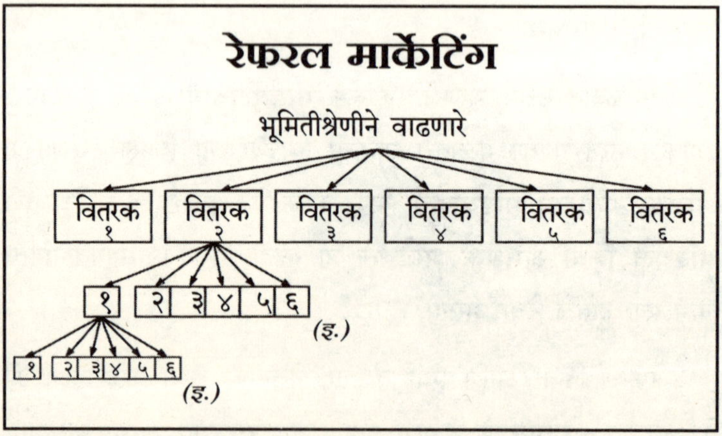

रेफरल मार्केटिंग : तुमच्या मित्रांसोबत पैसे कमवणे.

जरा विचार करा- रोज सकाळी शून्यापासून सुरवात करायची नि पैशासाठी सगळा वेळ खर्च करायचा अशा नोकरी ऐवजी **रेफरल मार्केटिंग**मधे तुमच्या संपूर्ण संस्थेकडून रेफरल्समुळे मिळणारी भरपूर प्राप्तीची वाहती गंगा निर्माण करून तुम्ही तुमच्या श्रमांचं पुरेपूर चीज करू शकता.

यालाच मी म्हणतो- 'हुशारीनं काम करायचं-उगीच राबायचं नाही.'

रेफरल मार्केटिंगवर लोकांकडून नेहमी घेतला जाणारा आक्षेप हाच आहे की ''मला माझ्या मित्रांच्या जिवावर पैसे कमवायचे नाहीत.'' व्यक्तिशः, मी कदाचित माझ्या माहितीच्या आणि विश्वासातल्या व्यक्तींबरोबर धंदा करेन- अनोळख्यांशी धंदा करण्याचा धोका पत्करणार नाही.

खरी गोष्ट ही की तुमच्या ओळखीचे लोक हव्या असलेल्या, गरजेच्या गोष्टी कोणाकडून तरी विकत घेणारच आहेत. याचा अर्थ कोणीतरी, कुठेतरी तुमच्या ओळखींचे रूपांतर रोख रकमेत करणारच आहे. मग ते कुणीतरी म्हणजे तुम्हीच का असू नये?

तसेच, **रेफरल मार्केटिंग**मधे तुम्ही तुमच्या मित्रांवर पैसे कमवत नसता उलट त्यांची स्वप्ने साकार करायला मदत करून तुम्ही तुमच्या मित्रांसोबत पैसे कमवीत असता. तुमच्या ओळखीचे लोक टार्गेट किंवा वॉल-मार्ट मधून किंवा इतर शंभर किरकोळ विक्रेत्यांकडून जेव्हा खरेदी करतात तेव्हा असं कुठे घडतं? घडतं का?

लोकांना त्यांच्या **ओळखी नावाच्या भांडवला**चा उपयोग करून घेण्यासाठी आजपेक्षा, अगदी या क्षणापेक्षा चांगला काळ कधीच नव्हता. **भूमितीश्रेणीने** व्यवसाय-वृध्दी करण्याची यापेक्षा चांगली संकल्पना कधीच

अस्तित्त्वात नव्हती. ओळखींचे रूपांतर रोख पैशात करण्याची **रेफरल मार्केटिंग** हीच ती पध्दत. शंभर अब्ज दरवर्षी कमावणारा हा व्यवसाय २० वर्षे सलग वृध्दिंगत होत राहिला आणि तज्ज्ञांच्या मतानुसार मागील ५० वर्षांपेक्षा अधिक वृध्दी येणाऱ्या १० वर्षांत त्यात होणार आहे.

२१ व्या शतकातील सर्वात मोठी ताकद

२१ व्या शतकातील सर्वात मोठी ताकद **रेफरल मार्केटिंग**च्या लोकप्रियतेच्या लाटेचं कारण काय? एकतर हा व्यवसाय फक्त संबंधित वितरकांद्वारेच एकमेवाद्वितीय, अस्सल अशी उत्पादने पुरवतो. सामान्य लोकांना असाधारण उत्पन्न मिळवून देणे आणि त्याच बरोबर खूप वेळ खाणाऱ्या आणि खूप कमी उत्पन्न देणाऱ्या नोकरीतून सुटण्याची संधी इतर लोकांना देणे ही खरोखर फार मोठी ताकद आहे.

दुसरी मोठी ताकद म्हणजे 'बुध्दिमत्तेचे किंवा प्रतिभाशक्तीचे वाटप'- *द नेक्स्ट मिलिअनेअर्स* या तुफान खपाच्या पुस्तकाद्वारे पॉलझेन पिल्झर यांनी रूढ केलेला हा वाक्प्रचार. किरकोळ विक्री करणाऱ्या, त्यासाठी उपभोक्त्याचे प्रबोधन करण्यापेक्षा पुढच्या खरेदीदाराला फोन करणाऱ्या विक्रेत्याच्या तुलनेत रेफरल मार्केटिंगची ताकद अधिक असते, कारण थेट विक्रेते उपभोक्त्यांचे प्रबोधन करण्यासाठी, त्यांचे जीवनमान सुधारणाऱ्या उत्पादनांची माहिती देण्यासाठी वेळ खर्च करतात.

पण विक्री-व्यवसायाचे सर्वात मोठे बलस्थान म्हणजे बर्क हेजेस त्याच्या *"हू स्टोल द अमेरिकन ड्रीम खख?"* या अप्रतिम पुस्तकात म्हणतो त्याप्रमाणे 'फेस-टाइम' हेच होय. ज्याला पर्यायच नाही. आमनेसामने, समोरासमोर, प्रत्यक्ष भेटीतील संवाद- एका माणसाचा दुसऱ्या माणसाशी घडणारा!

रेफरल मार्केटिंगचे सर्वोच्च बलस्थान

मोठे बलस्थान	सर्वात मोठे बलस्थान
अचूक उत्पादने	समोरासमोर संपर्क
प्राप्तीची संधी	

बर्कने लिहिल्याप्रमाणे- ''उत्तरोत्तर निष्प्राण, एकाकी होत जाणाऱ्या, आपल्या हायटेक जगात सर्वात मोठे **बलस्थान** आहे ते म्हणजे दृढ हस्तांदोलन... उबदार स्मितहास्य... आत्मविश्वासाने वावरणे... डोळ्याला डोळा भिडविणे... लक्षपूर्वक ऐकणे... मनापासून हसणे... प्रेमाचा कटाक्ष... पाठीवरची थाप... समंजसपणे मान तुकवणे... स्वीकार करणारे आलिंगन.

आपल्या उच्च-तंत्रज्ञान विभूषित, तारांनी जोडलेल्या, नव्या, धाडसी जगात - ब्रेव्ह न्यू वायर्ड वर्ल्डमध्ये* - उत्कट स्पर्शाची गरज कधीच डिजिटमध्ये बंदिस्त करता येणारी नाही आणि तिची जागा कुणीही घेऊ शकणार नाही.

जागतिक अर्थकारणात स्वत:चे स्थान निर्माण करा

जगभर लक्षावधी सामान्य माणसे पैसा कमवीत आहेत... मजेत जगत आहेत... स्वतःच्या इच्छांप्रमाणे जगत आहेत... आपली वेळ आपण ठरवीत आहेत... आणि **रेफरल मार्केटिंग**च्या आधारे नि **ओळख नावाचे भांडवल** वापरून आपली स्वप्ने साकार करीत आहेत.

काही लोक या संधीचा फायदा घेतील.

काही घेणार नाहीत.

तुमचं काय?

थेट मेल (ज्याला रूढ भाषेत जंक मेल किंवा कचरा मेल म्हटले जाते.) करणे म्हणजे लोकांना कृती करायला लावणारी कला अन् शास्त्रही आहे.

– ॲलन रोझेनस्पॅन
थेट विक्रीशास्त्राचा तज्ञ

८

तुमच्या ओळखीच्या आधारे इतर कसा पैसा कमवीत आहेत

जंक म्हणजे कचरा किंवा निरुपयोगी मेल यावरून सहजपणे याचा अंदाज बांधता येतो की तुमच्या मेलबॉक्समध्ये रोज तुम्हाला काय बघायला मिळणार! क्रेडिट कार्डसाठीचे अर्ज, गृहकर्जासाठीचे अर्ज, पत्रकं आणि माहिती, मासिकांच्या वर्गणीचे अर्ज, पिझ्झाची कूपन्स, कमी दराची हमी देणारी मोटारगाडीच्या विम्याची पोस्टकार्ड्स, इ., इ.

आपण स्वाभाविकच आपल्या जंक मेलमधील ९९% मेल न उघडताच दूर सारतो. पण उरलेल्या १% मुळे आपली एखादी गरज भासणार असते म्हणून आपण कृती करतो. कमी व्याजदराच्या क्रेडिट कार्डसाठी आपण करार करतो किंवा त्या सवलतीच्या दरातील वाहन-विम्याच्या एजन्सीशी संपर्क साधतो. (खरं सांगायचं तर १% एवढंच यशस्वितेचं प्रमाण म्हणजे अतिशयोक्ती नव्हे. डायरेक्ट मार्केटिंग असोशिएशनच्या म्हणण्यानुसार प्रतिसादाचे सरासरी प्रमाण २% वरून १% पेक्षा कमी इतके घसरले आहे.)

थंड प्रतिसादात सुधारणा घडवून आणणे

ज्या विक्रीच्या मोहिमा ९९% अपयशी ठरतात, त्यात यशस्वी उद्योगपती पैसा गुंतवणार नाही असेच तुम्हाला वाटणार.

पण खरी बाब अगदी उलटीच आहे. २००८ सालात १२० अब्ज युनिटस्शी संपर्क करण्यासाठी वापरली गेलेली 'डायरेक्ट मेल'च चलतीमधे आहे आणि हे प्रमाण इतर सर्व मेलच्या एकत्रित प्रकारांपेक्षा ५०% अधिक आहे. २००७ साली टी.व्ही.नेच फक्त 'डायरेक्ट मेल'वर कुरघोडी केली; आणि वर्तमानपत्रे व इंटरनेट या माध्यमातून जाहिरातींवर केल्या गेलेल्या खर्चावर तर डायरेक्ट मेलने कधीच मात केली आहे.

पुढच्या पानावर डायरेक्ट मेल व जाहिरातीचे इतर प्रकार यांच्या वाढीचा तुलनात्मक आलेख दाखवला आहे.

(सेलिंग बाय स्नेल मेल) पोस्टाद्वारे संथ पण निश्चित विक्री

माहिती पत्रके, क्रेडिट-कार्डच्या योजना आणि विक्री-पत्रके या माध्यमातून केल्या जाणाऱ्या डायरेक्ट मेलसाठी जाहिरातदार फार मोठ्या प्रमाणात खर्च करताना दिसतात. डायरेक्ट मेलचे प्रमाण इतर प्रकारच्या मेलना मागे टाकून आता खूप मोठी आघाडी घेताना दिसते.

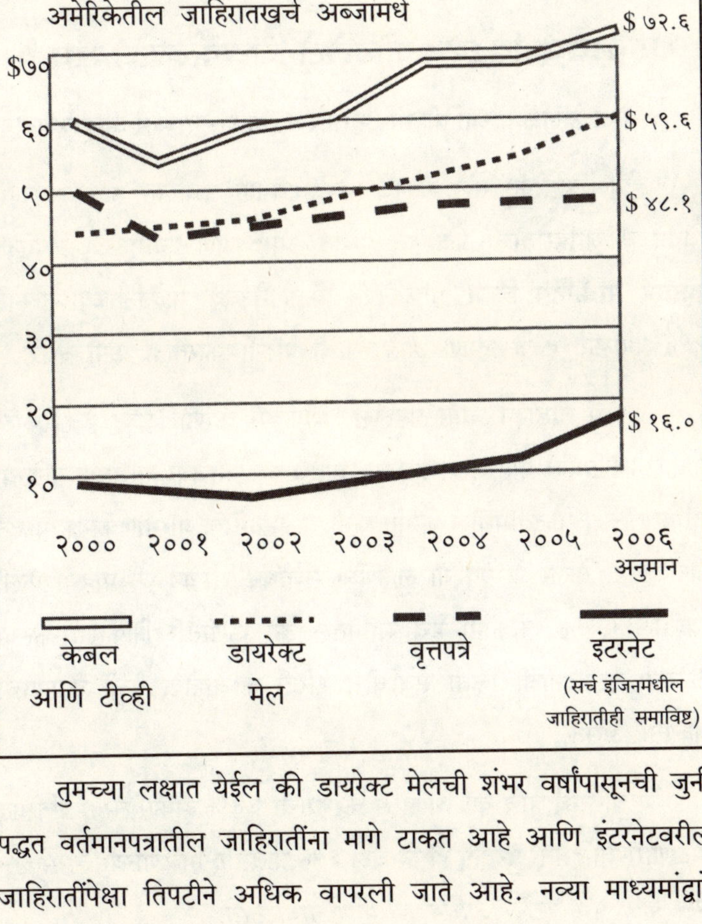

तुमच्या लक्षात येईल की डायरेक्ट मेलची शंभर वर्षांपासूनची जुनी पद्धत वर्तमानपत्रातील जाहिरातींना मागे टाकत आहे आणि इंटरनेटवरील जाहिरातींपेक्षा तिपटीने अधिक वापरली जाते आहे. नव्या माध्यमांद्वारे

केल्या जाणाऱ्या जाहिराती आता जुन्या पध्दतीला प्रचारातून बाद करतील या तज्ज्ञांनी वर्तविलेल्या अंदाजाविरुध्द अशी ही गोष्ट आहे.

कदाचित जाहिरातदारांना कुणीतरी हे सांगायला विसरले आहे की 'जंक मेल' ही मृत पध्दत आहे.

खरी परिस्थिती हीच की हेच आहे वेगाने वाढणारे व रूढ असलेले जाहिराती करण्याचे पारंपरिक माध्यम.

थंड संपर्क विरुध्द जोडलेले जिव्हाळ्याचे संपर्क

आता हे लक्षात घ्या की मी 'पारंपरिक' विक्री-माध्यम असं म्हणतोय.

होय. डायरेक्ट मेल म्हणजे सर्वात वेगाने प्रचलित होत असणारी विक्री व जाहिरातीची प्रचलित पध्दत आहे. पण त्यामुळे अप्रचलित **रेफरल मार्केटिंग** किंवा अफिलिएट किंवा नेटवर्क मार्केटिंगच्या तुलनेत १% प्रतिसाद हे जे प्रमाण आहे त्याची परिणामकारकता कमी वाटते.

प्रत्यक्ष तोंडातून बाहेर पडलेले, शिफारस करणारे शब्द हेच रेफरल मार्केटिंगचे सर्वात मोठे बलस्थान तर आहेच पण आजवर शोधल्या गेलेल्या जाहिरातीच्या पध्दतीमधील सर्वात जुनी व सर्वाधिक परिमाणकारक पध्दत हीच आहे. केलर फे ग्रुप या लक्षणीय संशोधन-संस्थेने जी पाहणी केली त्यातील ५०% लोकांनी हेच सांगितलं की कुणीतरी शिफारस केल्या गेलेल्या उत्पादनांची किंवा सेवांचीच खरेदी ते बहुतेक वेळी करण्याची शक्यता असते.

याचा अर्थ हाच की शिफारस करण्याची ५०% सकारात्मक प्रतिसाद मिळणारी जाहिरात-पध्दती ही निव्वळ १% प्रतिसाद मिळणाऱ्या *डायरेक्ट-मेल पेक्षा ५० पटींनी अधिक परिमाणकारक ठरते.*

हा प्रचंड फरक कशामुळे? तर *संपर्कपध्दतीच्या गुणवत्तेमुळे.*

डायरेक्ट मेलची भिस्त असते ती **थंड संपर्कांवर** पण **रेफरल मार्केटिंग**ची भिस्त असते **जोडलेल्या संपर्कांवर.** हा फार महत्त्वाचा फरक स्पष्ट करण्यासाठी आपण थोडा वेळ घेऊ.

थंड संपर्कांचे थंड, रोख पैशात रूपांतर

थंड संपर्क म्हणजे जाहिरातदाराजवळ असणारी ग्राहकांच्या पार्श्वभूमीची माहिती किंवा विशिष्ट लोकांसंबंधी असणारा संख्यात्मक रस. तुम्हाला येणाऱ्या सर्व कचरा मेलकडे नजर टाका- कंपन्यांची पत्रकं नि माहिती तुमच्या मेलबॉक्समधे येऊन धडकू लागण्याअगोदर तुम्ही त्यांचं नावही ऐकलं नसण्याची दाट शक्यता आहे.

मग, त्यांना तुमचं नाव आणि पत्ता कळला कसा?

अगदी साधं आहे- तुम्ही एखाद्या मासिकाचे जर वर्गणीदार असाल, एखाद्या धर्मादाय संस्थेला किंवा राजकीय पक्षाला तुम्ही देणगी दिलेली असेल... एखाद्या अभ्यास-निरीक्षणाला प्रतिसाद दिला असेल... एखाद्या उत्पादनाच्या हमी-पत्रकावर सही केलेली असेल... कॅटलॉगमधली एखादी भेटवस्तू खरेदी केली असेल... अशा शंभर तरी गोष्टी आहेत- ज्यांच्या यादीवर कधी ना कधी खरेदी/विक्री केल्यामुळे तुमचं नाव असतं.

मेलिंग लिस्टवर तुमचं नाव **नसणं** हे जवळ जवळ अशक्य!

अस्तित्त्वात असलेली सगळ्यात मोठी मेलिंग लिस्ट म्हणजे अमेरिकेच्या ४,००० टेलिफोन बुक्समधील *२१ कोटी* नावांचा एकत्रित संच आहे.

थंड संपर्क आणि जोडलेले जिव्हाळ्याचे संपर्क यांची तुलना

थंड संपर्क जसे बहुतेक वेळी उच्चतंत्रज्ञानाने केलेल्या जनगणनेशी संबंधित असतात, तसे **जोडलेले संपर्क** उदा. परिवार, मित्र, सहकर्मचारी, क्लबचे सभासद, चर्चशी संबंधित समूह- सारे उत्कट सामाजिक जिव्हाळ्यावर आधारित असतात.

जोडलेले संपर्क हे तुम्हाला व्यक्तिश: ओळखत असलेल्या व्यक्तींपुरते मर्यादित नसून समविचारी किंवा समान निष्ठा असल्यामुळे तुमच्याशी जोडल्या गेलेल्या प्रत्येकाचा त्यात समावेश असतो.

उदा. तुम्ही जर स्थानिक रोटरी क्लबचे सभासद असाल तर तुमच्या **जोडल्या गेलेल्या संपर्कां**मधे फक्त स्थानिक विभागातील सभासदांचाच नव्हे तर २०० देशातील ३२,००० क्लबमधल्या १.२ दशलक्ष सभासदांचा समावेश असतो.

जोडलेले संपर्क त्यांच्या या जिव्हाळ्याच्या सामर्थ्यामुळे **ओळख-भांडवला**च्या संदर्भात **थंड संपर्कां**पेक्षा अधिक समृध्द ठरतात... *५० पटींनी अधिक समृध्द*- जंक मेलला मिळणाऱ्या १% सकारात्मक प्रतिसादाच्या तुलनेत व्यक्तिश: केलेल्या जाहिरातींना मिळणारा ५०% सकारात्मक प्रतिसाद हेच दाखवून देतो.

थंडावलेले संपर्क आणि **तुमचा थेट संपर्क** यांच्यामधील विषमता ही क्षमता नसून वापर होत असलेली बाब आहे! डायरेक्ट मेल नेटवर्क मार्केटिंगच्या निम्म्यानेच परिणामकारक ठरत असला तरी तुमच्या ओळखीचे लोक त्याच पध्दतीने नियमितपणे खरेदी करीत असतात.

का बरं?

कारण डायरेक्ट मेल करणारे त्यांना धंदा द्यावा अशी मागणी तुमच्या ओळखीच्या लोकांकडे करत आहेत; नि तुमच्या ओळखीचे लोक त्यांच्याकडून खरेदी करत आहेत.

कोणीतरी तुमच्या ओळखींवर पैसा कमवीत आहे, खरं ना? *मग तुम्ही का नाही? आत्ताच, या क्षणी का नाही?*

तुमचे रूपांतर रोख पैशात होऊ देणे तुम्ही टाळू शकत नाही

माहिती नसलेल्या लोकांकडून, कधीच न पाहिलेल्या नि मुळीच संबंध नसलेल्या कंपन्यांकडून तुमच्या ओळखीचे लोक अगदी हजारो डॉलर्सची नव्हे पण शेकडो डॉलर्सची उत्पादने व सेवा प्रत्येक वर्षी खरेदी करीत असतात हे आम्ही सिध्द केलं.

तुमच्या ओळखींचे रूपांतर ग्राहकांमध्ये करणारे घटक

डायरेक्ट मेल करणारे लोक   किरकोळ विक्रेते

माहितीपत्रके

सवलत देणारी दुकाने   इंटरनेटची संकेतस्थळे

लोक जेव्हा सवलत देणाऱ्या दुकानांमधून, इंटरनेटच्या संकेतस्थळावरून, किरकोळ विक्रेत्यांकडून, माहितीपत्रके वाचून, पैसे खर्च करतात तेव्हा तुमच्या ओळखींचे रूपांतर कोणाच्या तरी रोख पैशात होत असतं- हे खरं नव्हे का? फक्त पैशात स्वारस्य बाळगणाऱ्या एखाद्या भल्यामोठ्या चेन स्टोअरमधून किंवा इंटरनेटच्या संकेतस्थळावरून खरेदी करण्यापेक्षा ज्यांना ते ओळखतात,

ज्यांच्यावर त्यांचा विश्वास आहे अशा तुमच्याकडून जर तुमच्या ओळखीच्या लोकांनी उत्पादने विकत घेतली तर ते जास्त अर्थपूर्ण ठरणार नाही का?

नक्कीच तसे होईल.

भव्य उद्‌घाटनसोहळ्यांना कोणाला आमंत्रित केलं जातं? मित्रांना की अपरिचितांना?

थेट जोडलेल्या ओळखी अक्षरशः प्रत्येक नव्या यशस्वी व्यवसायाला झेप घेण्यासाठी फार प्रगतीकारक असतात. उदा:- जर तुम्हाला नवे उपहारगृह सुरू करायचे असेल किंवा किरकोळ विक्रीचे दुकान थाटायचे असेल तर त्याच्या भव्य उद्‌घाटनसोहळ्याला तुम्ही कोणाला आमंत्रित कराल? तुमच्या शेजाऱ्यांना, मित्रांना आणि परिवारातील सदस्यांना, बरोबर ना?

जर तुम्ही एखादा नवा धंदा सुरू करीत असाल- मग ते दुकान असो... स्थावर मालमत्तेची खरेदी-विक्री असो- आर्थिक आखणी... सल्ला असो... किंवा शाखा असो... तुमचे **जोडलेले संपर्क** वापरून तुम्ही तुमच्या ओळखीच्या लोकांमधे जाहिरात करण्याचा शहाणपणा कराल आणि त्यातूनच धंद्याची प्रगती व रोख प्राप्ती मिळवाल.

तुमची उत्पादने व सेवा जर उत्कृष्ट असतील तर तुमची मित्रमंडळी तुमच्या व्यवसायाची शिफारस त्यांचे शेजारी, मित्र, परिवारातील सदस्य यांच्याकडे करून हमखास असा ग्राहकवर्ग तयार करतील.

भव्य उद्‌घाटन-सोहळ्याला ओळखीच्या लोकांना निमंत्रित करणे याचा अर्थ मैत्रीचा फायदा घेणे असा होत नाही- उलटपक्षी खास लोकांना तुमच्या आयुष्यातील महत्त्वाच्या प्रसंगात सहभागी करून घेऊन त्यांच्या

मैत्रीचा आदर करण्यासारखे ते आहे. त्याचप्रमाणे जर तुम्ही एखाद्या उत्पादनाचे किंवा सेवेचे प्रतिनिधित्व करीत असाल आणि त्यामुळे तुमच्या मित्रमंडळींचे आयुष्य त्यामुळे समृध्द आणि यशस्वी ठरणार असेल तर तुमच्या मित्रांना सहाय्य करून त्यांना सहभागी करून घेण्याचे सौजन्य दाखवा. मग त्यांनाही हे दाखवून द्या की त्यांच्या **ओळख नावाच्या भांडवला**चे रूपांतर रोख पैशात करण्यासाठी तुम्ही त्यांना कशी मदत करू शकता!

त्यांना हवी ती वस्तूच फक्त मिळेल असं नव्हे तर त्यांच्या स्वप्नांना नवसंजीवनी मिळेल.

यापेक्षा अधिक चांगले ते काय?

जगात अपरिचित असे कुणीच नसते. असतात फक्त मला आजवर न भेटलेले मित्र

– विल रॉजर्स

८

अमर्याद ओळखी

सिक्स डिग्रीज ऑफ सेपरेशन – दूर ठेवणाऱ्या सहा पायऱ्या – जिच्याविषयी भरपूर चर्चा केली गेली आहे अशी ही संकल्पना असं सिद्ध करते की जगातील कोणत्याही दोन माणसांत फक्त सहा सामाजिक ओळखींचं अंतर असतं. याचा अर्थ असा की कुणीही एखादा माणूस जगातील दुसऱ्या कोणत्याही माणसाशी फक्त सहा दूरध्वनी किंवा ई–मेल करून संपर्क साधू शकतो.

जरा अतिशयोक्तीच वाटते, नाही का!

मला असं म्हणायचं आहे की खरंच विचार करा, की एक असाच माणूस मॉस्को – इडाहोमधील माणूस त्यानं ज्यांचं तोंड कधीच पाहिलेलं नाही त्या मॉस्को–रशियामधील कुणातरी माणसाशी फक्त सहा ई–मेलद्वारे किंवा कमी ई–मेलद्वारे संपर्क साधू शकेल?

'होय'. कोलंबिया विद्यापीठातील प्रा. डंकन वॉट्स असं म्हणतोय! याने वेगवेगळ्या १६६ देशांतील ६०,००० लोकांचा अभ्यास करून या **'सिक्स डिग्री'** थिअरीची चाचणी घेतली. सहभागी झालेल्यांना, १८ वेगवेगळ्या व सबंध जगभरात विखुरलेल्या व्यक्तींपैकी एकाचा ई–मेल दिला गेला होता आणि त्या विशिष्ट व्यक्तीच्या जवळ असू शकणाऱ्या आपल्या ओळखीच्या व्यक्तींना ई–मेल पाठवून त्या व्यक्तीशी संपर्क साधायचा होता.

आणि खरंच त्या विशिष्ट व्यक्तीला संपर्क करण्यासाठी पाच ते सात ई-मेल करावे लागले. हे म्हणजे डिस्नेच्या गाण्यातील ओळींप्रमाणे झाले-

"इट्स अ स्मॉल वर्ल्ड... आफ्टर ऑल"

'अखेर काय! जग लहान हाय!'

आता मैत्री वाढविणे हे कधी नव्हे एवढे सोपे आहे.

या वॉट्सच्या प्रयोगाकडे समाजशास्त्रज्ञ परस्परसंबंधपद्धती आणि जगातील वाढतं **सामाजिक भांडवल** याचा आणखी एक पुरावा म्हणून बघत आहेत. खरंच, सहज उपलब्ध असणारे ई-मेल, चॅट रूम्स तसेच सोशल नेटवर्किंग साइट्स, इतकंच नव्हे तर स्वस्त दरात मिळणारे सेल फोन्स आणि दूर-अंतरावर फोन करण्यासाठी मोफत सेवा या साऱ्या गोष्टींमुळे जग अधिकच जवळ आले आहे.

याचा परिणाम हा की **सोशल नेटवर्क**चा विस्तार खूप होणार. त्याचा आवाका अधिक प्रमाणात दूरवर पसरणार. फक्त ओळखींची संख्या वाढेल असं नव्हे, तर **थंडावलेल्या संपर्कांचे** आपुलकीच्या, **जोडलेल्या संपर्कां**मध्ये गुणवत्तेच्या समानतेमुळे रूपांतर होतील. उदा. "फ्रेडला मी ओळखतो. मला तो आवडतो व माझा त्याच्यावर विश्वास आहे... आणि फ्रेड टॉमला ओळखतो, टॉम त्याला आवडतो नि टॉमवर त्याचा विश्वास आहे, म्हणून माझी टॉमशी ओळख असायला हवी, मला तो आवडायला हवा नि मी त्याच्यावर विश्वास ठेवायला हवा---"

सोशल नेटवर्क – सामाजिक परस्परसंबंध / आभासी / संगणकीय जगतात किंवा वास्तविक जगात समानधर्मी लोकांबरोबर अर्थपूर्ण नातेसंबंध

वाढावेत यासाठी सर्वात जवळचा मार्ग आहेत. याचा अर्थ असा नव्हे की *फेसबुक डॉट कॉम* द्वारे झालेले संपर्क प्रत्यक्ष भेटीतून निर्माण झालेल्या संपर्काची जागा घेऊ शकतील.

वॉट्स मान्य करतो :

"या (सिक्स डिग्री) प्रयोगात इंटरनेट म्हणजे संदेश पोहोचवणारे निव्वळ एक साधन आहे." 'ॲन ई-मेल टू *न्यू सायंटिस्ट*' मध्ये त्याने असे म्हटले आहे, "कामाचे ठिकाण, शाळा, कुटुंब, भोवतालचा समाज इथे होणाऱ्या ऑफलाइन संवादाशी तुलना करता सामाजिक बंध निर्माण करण्याचे ई-मेल हे फार महत्त्वाचे साधन आहे असे मला वाटत नाही."

उच्च तंत्रज्ञानाच्या आधारे साधलेला संपर्क जिव्हाळ्याने साधलेल्या संपर्काची जागा घेऊ शकत नसला - तरी नातेसंबंध निर्माण करून ते वृद्धिंगत करू शकतो. उदा. *ईहार्मनी डॉट कॉम* ही डेटिंगची साइट / हे डेटिंगचे संकेतस्थळ एकट्या जीवन कंठणाऱ्या लोकांना योग्य जोडीदार शोधून देण्यासाठी अगदी सविस्तर माहिती पुरवते. संकेतस्थळावरून होणारा पहिला संपर्क थंडा असला तरी जे लोक त्याचा वापर करतात ते प्रत्यक्ष भेटीचं पाऊल उचलू शकतात. याचा उपयोग होत असणार - *ईहार्मनी* द्वारा रोज ९० लग्नं जुळतात असा त्यांचा दावा आहे.

आधीपेक्षा खूप जवळचे नातेसंबंध

विस्तारलेले सामाजिक हितसंबंध तुमच्या ओळख नावाच्या भांडवलाची फक्त गुणात्मक नव्हे तर संख्यात्मक वाढही करतात. परस्परनातेसंबंधपद्धती म्हणजे अधिक जवळच्या, दृढ संबंधाकडे वाटचाल.

विस्तारित सामाजिक हितसंबंध
म्हणजे अधिक दृढ संबंध

अधिक मित्र
अधिक संबंधित व्यक्ती
अधिक परिचय
अधिक सहकर्मचारी
व्यवसायात अधिक भागीदार
अधिक ग्राहक
अधिक समान हेतू
अधिक समान समूह
अधिक सभासद

सामाजिक हितसंबंधांचा उपयोग कशाप्रकारे करून घ्यायचा हे एकदा तुम्हाला कळलं की मग तुम्ही **न संपणाऱ्या ओळखींचे** बीज पेरत राहाता. न संपणाऱ्या ओळखींची गुरुकिल्ली हीच की तुमच्या ओळखींना एकांडा घटक न मानता एक **साखळी** माना. नेटवर्कच्या भाषेत सांगायचं तर एका माणसापासून तुमचे संपर्क, ओळखी सुरू झाल्या की त्या त्याच्या ओळखींइतक्या वाढतात आणि मग त्याच्या प्रत्येक ओळखीच्या संपर्कांइतक्या पुन्हा विस्तारतात... आणि न संपणाऱ्या ठरतात...

सामाजिक हितसंबंध न संपणाऱ्या ओळखींना जन्म देतात

तुमच्या प्रत्येक हितसंबंधाशी जोडले गेलेले

५० ते २०० संपर्क असतात

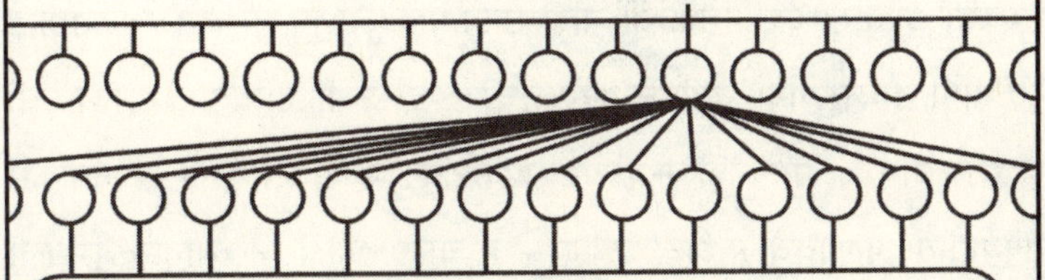

त्या प्रत्येक ओळखीशी निगडित

५०-२०० हितसंबंध असतात

अशाप्रकारे न संपणाऱ्या ओळखींकडे वाटचाल सुरू होते.

त्यांच्या ओळखी तुमच्या कशा होतील?

जर तुम्ही नव्या वितरकाला त्याच्या ओळखींची यादी करावयास सांगितलीत तर ती जवळजवळ ५० ते २०० **संपर्कांची** असेल- मित्र, परिवारातील सदस्य, सहकर्मचारी, परिचित लोक, शेजारी आणि इतर...

जरी यादीमधला एकही माणूस तुमच्या ओळखीचा नसला तरी तीनेक वेळा दूरध्वनी करून तुम्ही आधीच्या **थंड संपर्कांच्या** त्या यादीचे रूपांतर **जिव्हाळ्याच्या हितसंबंधात** करू शकता. अशा रीतीने दुसऱ्या कुणाच्या तरी यादीमधील लोकांशी हितसंबंध जोडून तुम्ही त्या लोकांच्या हितसंबंधांना तुमचेच हितसंबंध बनवून टाकण्यासाठी मुक्तद्वार उघडता नि **न संपणाऱ्या ओळखींचा** स्वत:ला लाभ करून घेता.

पुढची पायरी - ओळखींचे रूपांतर रोखीच्या ओघात करणे

त्यानंतर *ओळखींचे रूपांतर रोखीच्या ओघात करायचे* असेल तर तुमच्या ओळखीच्या लोकांची यादी उपयोगात आणून तुमच्या व्यवसायात सहभागी झालेल्यांना *त्यांच्या संपर्काची यादी* कशी उपयोगात आणायची हे शिकवायचं. मग तेही त्यांच्या संपर्कातील नव्या लोकांना संपर्क कसे उपयोगात आणायचे हे शिकवतील - हे चालू राहील नि त्यामुळे तुम्हाला **अमर्याद ओळखी** मिळतील आणि खूप मोठ्या प्रमाणात धनप्राप्ती होईल.

संपर्क सर्वत्र असतात... तुमची यादी, तुमच्या वितरकाची यादी, नवे परिचय, अनपेक्षित भेटीगाठी, ओळखी-पाळखी, क्लब्ज, संस्था, इ. आणि या संपर्कातील प्रत्येकाकडे हितसंबंधांची नि **जिव्हाळ्याच्या नातेसंबंधांची** साखळीच असते नि ती तुमच्याशी जोडली जायला उत्सुक असते.

हे ओळखीचे लोक त्यांना हव्याशा वाटणाऱ्या, गरजेच्या वस्तू, त्यांना अनोळखी असणाऱ्या, त्यांच्याशी मुळीच संबंध नसलेल्या कुणा व्यक्तीकडून तरी खरेदी करतात.

ते नाहीतरी या वस्तू खरेदी करतच असतात तर मग तुमच्याकडून का नको? तेही हे शिकता शिकता की *त्यांच्या* **अमर्याद ओळखीं**चे रूपांतर अमर्याद पैशांत कसे करता येईल ते!

''एकजण विणतो जाळे, तर एकजण करतोय प्रार्थना. लावता पैज? मासा नक्की लागेल कुणाच्या गळाला?''

एक चिनी बालगीत

९

तुमची कृती इतक्या जोरात बोलते की मला तुमचे बोलणे ऐकू येत नाही

मी प्राथमिक शाळेत पहिल्यांदा ऐकलेले हे सोपे कोडे तुम्ही अचूक सोडवू शकाल का?

टेलिफोनच्या वायरवर पाच पक्षी बसलेले आहेत आणि त्यापैकी तिघेजण उडण्याचे ठरवतात. तर वायरवर आता किती पक्षी उरले?

तुम्ही ''दोन'' असं उत्तर दिलंत तर तुम्ही प्रतिक्रिया देणाऱ्यांच्या बहुसंख्येत मोडाल. पण बहुसंख्य चूक आहेत.

अचूक उत्तर आहे – 'पाच'!

खरंय. तीन पक्षी उडण्याचे ठरवतात. पण उडण्याचा निर्णय घेणे म्हणजे निर्णय अंमलात आणणे नव्हे. पक्षी उडण्याचा निर्णय घेऊनही त्यानंतर दोन दिवस त्याच जागेवर बसून राहू शकतो.

कृती करा आणि विकास करून घ्या

तुम्ही हे पुस्तक अशासाठी वाचत आहात कारण कुणीतरी तुमच्यासोबत संधीबाबत विचारविनिमय केला आहे किंवा नेटवर्क मार्केटिंगच्या संस्थेत दाखल होऊन **रेफरल मार्केटिंग**चा फायदा घेण्याचे तुम्ही ठरवले आहे.

मन खुले केल्याबद्दल अभिनंदन. तुम्ही जे बघितले, जे ऐकले, ते आवडल्याचे कबूल केले म्हणून!

'निर्णय घेणे' हे यश मिळवण्यासाठी फार महत्त्वाचे ठरते.

पण फक्त **प्रत्यक्ष कृतीच** तुमची स्वप्ने प्रत्यक्षात उतरवू शकते.

ठरवा... मग कृती करा!

जगभरातील सर्वोच्च जीवनमान उत्तर अमेरिकेच्या वाट्याला आले आहे याचे मुख्य कारण तुमच्या ओळखी. त्यामुळेच आपली अर्थव्यवस्था बळकट आणि चैतन्यपूर्ण ठरली आहे. लोक खरेदीविक्री करतात. उत्पादने करतात नि उपभोग घेतात.

प्रत्येक दिवशी तुमच्या परिचयाचे लोक त्यांना हवी ती, गरज पडेल ती उत्पादने व सेवा विकत घेतात आणि त्या वापरून बघण्याची आणि त्यांचा अनुभव घेण्याची त्यांच्या मित्रांना शिफारस करतात.

कुणीतरी, खरोखर कुणातरी लोकांचा अवघा समूह तुमच्या ओळखींच्या बळावर पैसे कमवीत आहे. तुमच्या ओळखींद्वारा त्यांचा व्यवसाय वाढतो आहे. त्यांची बँकेतील ठेव तुमच्या ओळखींमुळे वाढते आहे. त्यांची स्वप्ने तुमच्या ओळखींमुळे साकार होत आहेत. त्यांच्या निवृत्तीसाठीची बचत तुमच्या ओळखींमुळे होत आहे. अशाप्रकारे ओळख नावाचे भांडवल

प्रचलित आहे.

फक्त एकच समस्या आहे. तुमच्या ओळखीचे लोक उत्पादने आणि सेवा कुणाकडून तरी विकत घेत आहेत. पण तुम्ही कृती केल्याशिवाय ते कुणीतरी म्हणजे तुम्ही असणार नाही.

तुम्हाला असं नाही का वाटत, की तुम्ही तुमच्या ओळखींचे रूपांतर रोखीच्या ओघात करून तुमच्या मित्रांना आणि शेजाऱ्यांना हे दाखवून देऊ शकता की ते सुद्धा असं करू शकतात. तुम्ही नेटवर्क मार्केटिंगमधे शिरण्याचं ठरवाल किंवा नाही, तसेच तुमच्या ओळखींचे रूपांतर रोख पैशांत कराल, न कराल – पण हे नक्की आहे की कुणीतरी, कुठेतरी तुमच्या ओळखींचे रूपांतर रोख पैशांत करेलच.

कुणीतरी तुमच्या ओळख नावाच्या भांडवलावर पैसे कमावतंय.

मग तुम्ही का नाही?

आत्ताच का नाही?